Elskaður, útvalinn og heill:

30 daga ferðalag frá höfnun til endurreisnar

Eftir

Zacharias Godseagle;

Ambassador Monday O. Ogbe;

Comfort Ladi Ogbe

Höfundarréttarsíða

Elskaður, útvalinn og heill: 30 daga ferðalag frá höfnun til endurreisnar

Kápuhönnun eftir God's Eagle Team.
Prentað í Bandaríkjunum.
Fyrsta útgáfa, 2025.

Gefið út af
Zachariah Godseagle og
Guðs örnþjónusta – GEMs
https://www.otakada.org

Fyrir leyfi, fyrirspurnir eða hópleyfi, vinsamlegast hafið samband við: ambassador@otakada.org

Um bókina

Ertu þreytt/ur á að finnast þú vera óvelkomin/n, gleymd/ur eða eins og þú munir aldrei standa undir væntingum?
Elskaður, útvalinn og heill: 30 daga ferðalag frá höfnun til endurreisnar er meira en hugvekja – hún er lífgefandi boð um að enduruppgötva þitt sanna gildi, endurheimta sjálfsmynd þína og rísa upp í fyllingu þess sem Guð skapaði þig til að vera.

Þessi umbreytandi ferð, skrifuð frá bæði karlkyns og kvenkyns sjónarhornum og fléttuð saman við kraftmiklar og tilfinningaþrungnar sögur af Michael og Grace, býður upp á daglega lækningu í gegnum ritningarvers, hjartnæmar hugleiðingar, stefnumótandi bænir og leiðsögn í dagbókarskrif. Hvort sem þú ert að berjast við sár frá barnæsku, samböndum, þjónustu eða forystu, þá mun þessi bók leiða þig frá ösku höfnunar inn í fegurð endurreisnar.

Þú munt læra hvernig á að:

- ***Losnaðu þig við lygar vanvirðingar og sjálfsvafa***
- ***Þagga niður í ómi fyrri svika og tilfinningalegra sára***
- ***Faðmaðu guðsgefna sjálfsmynd þína sem elskaða, útvalda og heila.***
- ***Fyrirgefðu djúpt og gakktu í friði***
- ***Uppgötvaðu tilgang og notaðu sögu þína til að lækna aðra***

Hver dagur mun færa þig nær hjarta föðurins, endurnýja hugann og endurreisa sál þína. Þetta er þinn tími. Þetta er þín lækning. Þetta er þín **ferð aftur**

til heilleika . Með kærleik frá **Sakaría; Amb . Ogbe og Comfort Ladi**

Lykilorð fyrir Elskaða, Valda og Heila: 30 daga ferðalag frá höfnun til endurreisnar -

- *Andakt um að græða frá höfnun*
- *Kristin hugvekja til lækninga*
- *Að sigrast á höfnun með trú*
- *30 daga hugvekja fyrir tilfinningalega lækningu*
- *Andakt fyrir brostin hjörtu*
- *Að finna sjálfsmynd í Kristi andakt*
- *Endurreisn eftir höfnun Biblíunám*
- *Kærleikur Guðs og lækningarbænir*
- *Kristin hugvekja fyrir sjálfsvirðingu*
- *Bænaleiðbeiningar fyrir lækningu höfnunar*
- *Tilfinningaleg lækning í Biblíunni*
- *Andakt til andlegrar endurreisnar*
- *Andakt um lækningu frá yfirgefningu*
- *Andakt fyrir brotin og lækningu*
- *Andakt um ferðalag til endurreisnar*
- *Andakt um viðtöku Guðs*
- *Trúarbundin lækningastund*
- *Innblásandi kristin hugvekjubók*
- *Andakt til að sigrast á höfnun og sársauka*
- *Andakt með bænaleiðbeiningum til lækninga*

Vígsla

Til allra þeirra sem hafa einhvern tíma fundið fyrir vanmætti, óelskuðum, óséðum eða óvelkomnum — þessi bók er fyrir ykkur.

Til barnsins sem var yfirgefið, leiðtogans sem var svikinn, makans sem var hafnað, vinarins sem var gleymdur – þessi ferð er þín lækning.

Til allra karla og kvenna sem hafa grátið í þögn, efast um gildi sitt og dregið í efa stöðu sína,
þú ert ekki einn.

Og þeim sem sér, læknar, endurreisir og hafnar aldrei – Jesú Kristi, lausnara okkar – öll dýrð og heiður tilheyra þér.

Þakkir

Fyrst og fremst gefum við **Guði almáttugum alla dýrð** , lækninum sem hefur brotið hjörtu, endurreisir örlögin og þann sem aldrei hafnar þeim sem koma til hans.

Til **Heilags Anda** , huggara okkar, ráðgjafa og stöðuga förunauta – þökkum þér fyrir að blása lífi í þessar síður og leiðbeina hverju orði með tilgangi.

Til þeirra **karla og kvenna sem sögur þeirra hafa veitt innblástur fyrir þessa hugvekju** , hvort sem er beint eða óbeint – þökkum ykkur fyrir varnarleysi ykkar og hugrekki. Ferðalög ykkar minna okkur á að enginn sársauki er til spillis í höndum Guðs.

Til **fyrirbæna, leiðbeinenda og andlegra feðra og mæðra** sem hafa beðið, spáð og lagt sitt af mörkum til þessarar sýnar – stuðningur ykkar hefur verið grundvallaratriði.

Sérstaklega viljum við þakka Billy Graham, blessuðum minningum, fyrir framlag hans um **HVERNIG Á AÐ FÆÐAST ENDUR. Svo ómetanlegt fyrir lækninga- og endurreisnarferlið. Guð blessi þig!**

Til **teymisins hjá God's Eagle Ministries – GEMs** , þökkum ykkur fyrir óbilandi stuðning og óþreytandi skuldbindingu við að dreifa lækningu og sannleika um allan heim.

Til allra þeirra sem hafa gengið í gegnum höfnun og samt þorað að trúa á ný — **þessi bók er hylling til seiglu ykkar.**

Og til þín, lesandinn, takk fyrir að opna hjarta þitt fyrir lækningu. Megi þessi ferð leiða þig inn í líf endurreisnar, sjálfsmyndar og guðlegs tilgangs.

Inngangur

Höfnun er ein sársaukafyllsta reynsla lífsins. Hún kemur hljóðlega en talar hátt. Hún hvíslar að þú sért ekki nógu góður, ekki eftirsóknarverður, ekki verðugur. Hvort sem hún kemur frá foreldri sem yfirgaf þig, maka sem sveik ást þína, leiðtoga sem aldrei trúði á þig eða kerfi sem gleymdi þér – þá skilur hún eftir sig spor í sálinni.

Ég hef gengið í gegnum höfnun. Ég hef fundið fyrir sársauka þess að vera dæmd ranglega, yfirgefin og ósýnileg. En ég hef líka uppgötvað eitthvað stærra: kærleika sem aldrei bregst, rödd sem kallar mig útvalda og lækningu sem ekkert sár fær staðist. Sú uppgötvun fæddi þessa hugvekju.

„Elskaður, útvalinn og heill“ er ekki bara titill – það er guðleg sjálfsmynd þín.

Þessi 30 daga ferð er unnin með samúð, ritningargreinum og sögum úr raunveruleikanum til að hjálpa þér að komast frá skugga höfnunar inn í ljós endurreisnar. Þú munt hitta **Michael** og **Grace** , tvær raddir sem þú getur tengt við og persónugera þá baráttu og sigra sem við öll stöndum frammi fyrir í baráttunni um að tilheyra. Í gegnum sögur þeirra - og þínar eigin - munt þú uppgötva sannleikann, horfast í augu við lygar og enduruppgötva þann sem aldrei hafnaði þér: Guð.

Hver dagur býður þér upp á:

- **Tengjanleg saga sem grípur þig**
- **Sannleikur úr Ritningunni til að akkera þig**

- **Hugleiðing til að hræra í hjarta þínu**
- **Bæn til að samstilla anda þinn**
- **Dagbókarleiðbeiningar til að hjálpa þér að vinna úr bataferlinu**

Þessi bók er öruggt rými fyrir þig. Hún er fyrir þá sem eru hjartasár, þá sem eru sterkir en þreyttir og þá sem þjást í hljóði. Hvort sem þú ert að lesa þetta frá stað nýrra sársauka eða frá örum sem enn aumir, þá vil ég að þú vitir:

Þú ert ekki einn. Þú ert djúpt elskaður. Þú ert útvalinn. Og já - þú ert heill.

Láttu þetta verða vendipunkt þinn. Láttu þetta verða endurreisn þína.

Velkomin/n í lækningaferðalag þitt.

Skilaboð til hópstjóra og leiðbeinenda

Kæri leiðtogi,
Þakka þér fyrir hjartans þökk að ganga með öðrum á vegferð þeirra frá höfnun til endurreisnar. Þú ert að vinna heilagt verk.

Þessi hugvekja var ekki aðeins hönnuð fyrir persónulega íhugun heldur einnig fyrir litla hópa, lækningarþjónustur, bænahópa og ráðgjafarsambönd. Hver dagur býður upp á öflug þemu, ritningarvers og raunverulegar upplifanir sem geta kveikt djúpar samræður og umbreytingar í hópsamhengi.

Hér eru nokkrar tillögur til að hjálpa þér að leiðrétta á skilvirkan hátt:

- *Byrjaðu hverja stund með bæn og bjóððu Heilagan Anda að færa þér lækningu og innsýn.*

- *Lesið daglega hugvekjuna upphátt og gefið síðan hópmeðlimum tíma til að hugleiða hver fyrir sig.*

- *Notaðu íhugunarspurningarnar til að leiða einlæga og virðulega samræður.*

- *Hvetjið til dagbókarskrifa en gerið það valfrjálst að deila – sum lækning á sér stað í þögn.*

- *Ljúkið á bænaryfirlýsingunni og berið hana fram saman sem trúarsamfélag.*

- *Skapaðu rými náðar, trúnaðar og fordómaleysis – þetta er mikilvægt fyrir djúpa græðslu.*

- Þú gætir líka viljað setja frá sérstakan tíma á degi 30 fyrir vitnisburði, tilbeiðslu eða bæn fyrir þátttakendur sem eru að stíga inn í tilgang eftir lækningu.

Mundu : lækning er ferðalag, ekki áfangastaður. Leiðtogahæfileikar þínir, samkennd og andleg næmni eru lyklar að því að opna frelsi í öðrum. Megi Guð, þegar hann notar þessa bók, einnig nota þig til að vera verkfæri huggunar sinnar og endurreisnar.

Með djúpri þakklæti og bæn,
Zachariah Godseagle ; Sendiherra Monday O. Ogbe ; Huggunar -Ladi Ogbe
Guðs Örn Þjónusta – GEMs
www.otakada.org

Sérstakar ráðleggingar fyrir kirkjur/þjónustur

- **Bjóðið upp á þessa hugvekju sem hluta af 30 daga lækningarherferð.** Kynnið hana í guðsþjónustum, biblíunámskeiðum eða sérstökum ráðgjafartíma.
- **Notað í frelsunar- og innri lækningaþjónustu.** Þemurnar passa vel við djúpa andlega endurreisn.
- **Bættu við meðmælum** í lok 30 daga hringrásarinnar til hvatningar og vaxtar.
- **Íhugaðu eftirfylgniáætlanir** um tilgangsuppgötvun, sjálfsvirði og andlegan vöxt til að halda áfram umbreytingunni.

Leyfisveitingar og hópnotkun:
Fyrir fjöldaafrit eða stafrænan hópaðgang, vinsamlegast hafið samband við okkur á ambassador@otakada.org fyrir afslætti af þjónustu eða sérsniðnar útgáfur fyrir þína stofnun.

Látum þessa ferð vera meira en hugvekja – látum hana verða hreyfingu lækninga, frelsis og guðlegrar endurreisnar um allan líkama Krists.

Viðauki við handbók leiðbeinanda: Fyrir kirkjur, þjónustur og lækningarhópa

Tilgangur:
Þessi hugvekja hentar vel til **notkunar í kirkjum, lækningarstarfi, ráðgjafarhópum og stuðningsfélögum** þar sem fólk leitar heilleika frá tilfinningalegum, andlegum og samskiptalegum sárum.

Ráðlagður hópur (vikulega eða daglega notkun):

1. **Opnunarbæn og tilbeiðsla (5–10 mín.)**
   Bjóðið heilagan anda velkominn inn í ykkar hóp og sköpið andrúmsloft friðar og opinskátt.
2. **Andaktslestur (5–10 mín.)**
   Lesið daglega færsluna upphátt eða gefið henni tíma fyrirfram. Skiptið á lesendum vikulega til að virkja þátttöku.
3. **Hugleiðing hópsins (20–30 mín.)**
   Notið spurningarnar til að hvetja til gagnsæislegrar umræðu. Minnið þátttakendur á að þetta er öruggt og trúnaðarlegt rými.
4. **Persónuleg dagbókarskrif (10 mín.)**
   Gefðu tíma til einstaklingsbundinnar úrvinnslu. Dagbókarskrif má deila að eigin frumkvæði.
5. **Bæn og fyrirbæn (10–15 mín.)**
   Biðjið yfir tilteknum málum sem rædd eru. Ljúkið hverri lotu með meðfylgjandi yfirlýsingu um lækningarbæn.

6. **Skuldbinding til aðgerða**
Hvetjið meðlimi til að heimfæra lexíu dagsins á hagnýtan hátt — hvort sem það er að fyrirgefa, hugleiða Ritninguna eða skrifa bréf til Guðs í dagbók.

Sagan af Mikael og Von

Michael ólst upp á heimili þar sem ást var af skornum skammti og viðurkenning enn fátíðari. Faðir hans, strangur og fjarlægur maður, talaði sjaldan staðfestandi orð. Móðir hans, yfirþyrmandi af lífsins erfiðleikum, vanrækti oft tilfinningalegar þarfir hans. Frá unga aldri innrætti Michael sársaukafull skilaboð: hann var ekki nógur. Sama hversu mikið hann reyndi, fannst honum hann vera ósýnilegur, ekki elskaður og hafnað.

Í skólanum átti Michael erfitt með að falla inn í hópinn. Vinir komu og fóru, en hann fannst hann alltaf vera utanaðkomandi að horfa á. Kennarar gáfu honum oft ekki gaum og jafnvel minnstu mistök virtust staðfesta einskis virðingu hans. Með tímanum varð höfnunin djúpstæð – eins og skuggi sem fylgdi honum alls staðar og hvíslaði lygum um gildi hans.

Þegar Michael eltist hafði þessi djúpstæða höfnun áhrif á öll svið lífs hans – sambönd, starfsframa og sjálfsvirðingu. Hann óttaðist nánd, bjóst við að aðrir myndu yfirgefa hann eða hafna honum. Hann hikaði við að elta drauma sína, sannfærður um að hann væri ekki verðugur velgengni. Sársaukinn var hljóður en stöðugur, þung keðja sem hann gat ekki slitið.

Dag einn, þegar hann var á lægsta punkti sínum, rétti vinur honum hugvekju sem bar heitið *Elskaður, útvalinn og heill: 30 daga ferðalag frá höfnun til endurreisnar* . Efins en örvæntingarfullur byrjaði Michael að lesa. Boðskapur hvers dags talaði beint til hjartans hans og opinberaði sannleika sem hann hafði gleymt eða aldrei þekkt: að kærleikur Guðs væri skilyrðislaus, að hann væri djúpt útvalinn og að sjálfsmynd hans væri ekki skilgreind af skoðunum annarra heldur af skaparanum sem kallaði hann með nafni.

Hægt og rólega fór Michael að sjá sjálfan sig með augum Guðs. Hlekkirnir sem höfnunin olli losnuðu þegar hann tileinkaði sér bæn, íhugun og kraft ritninganna. Hann tók hagnýt skref - leitaði sér ráðgjafar, byggði upp heilbrigð sambönd og elti ástríður sem áður virtust utan seilingar.

Í dag er Michael ekki skilgreindur af fyrri höfnun heldur af þeirri endurreisn sem hann hefur fundið. Hann gengur fram af sjálfstrausti, vitandi að hann er elskaður, útvalinn og heill. Saga hans er vitnisburður um að sama hversu djúp höfnunin er, þá eru lækning og von alltaf innan seilingar.

Sagan um náð og endurnýjun

Grace brosti alltaf, en á bak við það var hjarta þungt af höfnun. Frá barnæsku fann hún fyrir sársauka yfirgefningar – foreldrar hennar skildu þegar hún var mjög ung og hún flakkaði á milli heimila, aldrei alveg tilheyrandi. Í skóla og félagslegum hringjum fannst Grace oft að hún væri gleymd, eins og rödd hennar skipti ekki máli. Ósagða skilaboðin voru skýr: hún var ekki nóg til að vera elskuð að fullu eða að eilífu.

Þegar Grace komst á fullorðinsár birtist djúpstæð höfnun hennar í samböndum hennar. Hún fann sig dregin að fólki sem var tilfinningalega ófáanlegt eða afvegaleiðandi, sem viðhélt sársaukafullri vítahring þar sem hún fannst hún vera ósýnileg og vanmetin. Innst inni þráði Grace viðurkenningu, en áralangar höfnunarár gerðu það erfitt fyrir hana að trúa því að hún væri þess verðug.

Þrátt fyrir sársaukann hélt Grace í hljóða von – hvísl um að hún gæti verið meira en fortíðin. Dag einn, sérstaklega brotin, uppgötvaði hún hugvekjuna *Elskað, útvalið og heil: 30 daga ferðalag frá höfnun til endurreisnar*. Efins en þyrst í lækningu byrjaði hún að lesa. Hver hugvekja hrærði eitthvað innra með henni – blíðlega áminningu um að kærleikur Guðs byggðist ekki á frammistöðu hennar eða samþykki annarra heldur væri gefinn frjálslega, skilyrðislaus og óhagganlegur.

Með daglegum hugleiðingum, bænum og sögum byrjaði Grace að afnema lygarnar sem hún hafði trúað á í mörg ár. Hún lærði að faðma sjálfsmynd sína sem útvald dóttir Guðs, dýrmæt og heil. Græðingin kom ekki samstundis - það var ferðalag fullt af tárum, byltingum og hugrekki til að horfast í augu við gömul sár. En með hverju skrefi styrktist Grace, lærði að setja sér heilbrigð mörk, fyrirgefa sjálfri sér og öðrum og ganga djarflega í tilgangi.

Í dag skín Grace með endurnýjaðri tilfinningu fyrir virði og tilheyrslu. Hún deilir sögu sinni til að hvetja aðra sem finna sig fasta í höfnun. Ferðalag Grace sýnir að endurreisn er möguleg - að hver kona sem finnst hún brotin getur risið upp, elskuð, útvalin og heil.

Einkenni af rótgróinni höfnun

Rótgróin höfnun getur haft djúpstæð áhrif á sjálfsmynd einstaklings, sambönd og lífsval. Oft má sjá að hún er að verki í lífi hans í gegnum stöðug mynstur í hegðun, tilfinningum og skoðunum. Hér eru nokkur skýr merki:

1. Stöðug þörf fyrir samþykki

- Þau leita óhóflega eftir staðfestingu eða óttast vanþóknun, jafnvel frá ókunnugum.
- Hrós veitir þeim tímabundna léttir en þau falla fljótt aftur í óöryggi.

2. Ótti við nánd eða varnarleysi

- Þau eiga erfitt með að opna sig í samböndum eða ýta fólki frá sér til að forðast að særa sig.
- Þeir gera ráð fyrir að aðrir muni að lokum yfirgefa þá, svíkja þá eða hafna þeim.

3. Ofviðbrögð við gagnrýni

- Jafnvel væg leiðrétting eða ósamkomulag líður eins og persónuleg árás.
- Þau fara í vörn eða draga sig í hlé tilfinningalega.

4. Sjálfsskemmdir

- Þau hætta áður en þau reyna, forðast tækifæri eða búast við að mistök séu óumflýjanleg.

- „Ég er ekki nógu góður“ eða „Þeir munu ekki velja mig“ verður að undirmeðvitundarhandriti.

5. Einangrun og útrýming

- Þau kjósa að vera ein, ekki vegna þess að þau njóta einverunnar, heldur til að forðast að vera höfnuð aftur.
- Þau gætu sagt: „Mér líður betur ein“ en þrá í laumi tengingu.

6. Árangursdrifið sjálfsmynd

- Sjálfsvirði þeirra er tengt afrekum, vinnu, þjónustu eða góðri hegðun.
- Þeim finnst þau verða að „vinna sér inn“ kærleika, jafnvel frá Guði.

7. Innri heit og takmarkandi skoðanir

- Þau hafa gefið innri heit eins og: „Ég mun aldrei láta neinn meiða mig aftur.“
- Þessi heit stýra ákvörðunum þeirra hljóðlega og koma í veg fyrir frelsi eða lækningu.

8. Andleg aftenging

- Þau geta átt erfitt með að trúa því að Guð elski þau í raun og veru eða samþykki þau.
- Þeir líta á Guð sem dómara frekar en kærleiksríkan föður og finnast þeir oft óverðugir í návist hans.

Að jafna sig eftir rótgróna höfnun: Leiðbeiningar skref fyrir skref

Skref 1: Þekkja rótina

Spyrðu:

- Hvar byrjaði höfnunin? Æska? Svik? Yfirgefning? Vanræksla foreldra?
- Hver eða hvað fékk þig fyrst til að finnast þú vera ekki elskaður, óverðugur eða óvelkominn?

Hugleiðingardagbók:

- „Mér fannst ég fyrst óvelkominn þegar..."
- „Ég trúði því að ég væri ekki nógu góður vegna þess að..."

Bæn:
„Drottinn, opinbera mér rót höfnunar í lífi mínu. Lýstu ljósi þínu á falin sár. Lækna það sem ég sé ekki."

Skref 2: Afneita lyginni

Höfnun lýsir oft lygum eins og:

- „Ég er ekki elskulegur."
- „Allir fara."
- „Ég verð að sanna mig."

Aðgerð:
Skrifaðu niður lygarnar sem þú hefur trúað. Lýstu síðan sannleikanum:

- „Ég er velkominn í hinum elskaða" (Efesusbréfið 1:6).
- „Ég er undursamlega skapaður og ógurlega" (Sálmur 139:14).
- „Guð mun aldrei yfirgefa mig né yfirgefa mig" (Hebreabréfið 13:5).

Bæn:
„Ég slít samþykki mínu við lygar höfnunarinnar. Ég faðma sannleikann um hver ég er í þér, Drottinn."

Skref 3: Fyrirgefðu þeim sem höfnuðu þér

Fyrirgefningarleysi heldur sárinu opnu.

Aðgerð:

- Nefnið viðkomandi/þeirra.
- Viðurkenndu sársaukann.
- Veldu að fyrirgefa, jafnvel þótt þú finnir það ekki ennþá.

Bæn:
„Faðir, ég fyrirgef [nafn] fyrir að láta mig líða eins og ég sé óvelkominn og ekki elskaður. Ég sleppi þeim til þín og frelsa mig frá byrði vanfyrirgefningar."

Skref 4: Taktu á móti lækningu og viðurkenningu Guðs

Leyfðu Guði að endurfæða þig. Leyfðu honum að elska þig þar sem aðrir brugðust.

Aðgerð:

- Vertu með tíma í að hugleiða ritningarstaði um kærleika Guðs.
- Dýfðu þér í tilbeiðslu sem minnir þig á sjálfsmynd þína.

Lykilritningargreinar:

- Jesaja 43:1 – „Ég hef kallað þig með nafni, þú ert minn."
- Rómverjabréfið 8:15 – „Þér hafið ekki fengið þrældómsanda til að óttast aftur..."

Bæn:
„Faðir, ég tek ást þína og samþykki. Endurbyggi sjálfsmynd mína sem ástkært barn þitt."

Skref 5: Talaðu líf og endurnýjaðu hugann

Höfnun afbakar sjálfsmynd þína. Þú þarft nýjar yfirlýsingar.

Daglegar yfirlýsingar:

- „Ég er útvalinn af Guði."
- „Ég er ekki mistök."
- „Ég er elskaður án skilyrða."

Aðgerð:
Búðu til „Sannleiksvegg" eða „Sjálfsmyndardagbók" þar sem þú skrifar það sem Guð segir um þig.

Skref 6: Tengstu aftur í heilbrigðum sambönditum

Höfnun einangrar, en lækning tengir aftur.

Aðgerð:

- Taktu lítil skref til að opna þig í öruggum sambönditum.
- Skráðu þig í heilbrigðan samfélag, bænahóp eða stuðningshring fyrir lækningarstarf.
- Leyfðu traustum einstaklingum að ganga með þér.

Bæn:
„Drottinn, leiððu rétta fólkið inn í líf mitt – þá sem elska mig af hjarta þínu og hjálpa mér að vaxa í heilleika.“

7. skref: Veita öðrum lækningu

Guð breytir sárum þínum í lækningavopn.

Aðgerð:

- Deildu vitnisburði þínum.
- Biðjið fyrir öðrum sem eiga í erfiðleikum með höfnun.
- Gangið í samúð og skilningi.

Ritning:
2. Korintubréf 1:4 – „Hann huggar oss í allri okkar þrenging svo að vér getum huggað þá sem eru í alls kyns þrengingum..."

30 daga ferðalagið frá höfnun til endurreisnar hefst

....

DAGUR 1: Þögla sárið

Ritningin (NLT):

„Jafnvel þótt faðir minn og móðir yfirgefi mig, mun Drottinn halda mér nærri." – Sálmur 27:10

Sagan hans Mikaels:

Mikael stóð einn við jarðarför föður síns, augun þurr en hjartað blæðir. Hann var hafnað sem barn fyrir að vera „of viðkvæmur" og var aldrei nógu góður. Nú var of seint að heyra orðin sem hann hafði þráð: *„Ég er stoltur af þér."* Þessi þögn ásótti hann.

Sagan af Grace:

Náðin hafði alltaf verið sú ósýnilega. Foreldrar hennar gáfu henni ekki gaum, elskendur notuðu hana, hafnað í vinnunni. Höfnun var ekki augnablik – hún var mynstur. Hún mótaði rödd hennar, göngulag hennar, gildi hennar. Bros hennar var skjöldur hennar, en innra með henni spurði hún hvort hún skipti einhverju máli.

Andleg innsýn:

Höfnun er ekki alltaf háværi. Oft læðist hún inn hljóðlega — í gegnum þögn, vanrækslu, gagnrýni, yfirgefningu. En sama hvaðan hún kemur, þá eru faðmar Guðs opnir. Hann þolir þig ekki bara — hann *velur* þig. Hann ber þig ekki saman — hann *elskar* þig.

Davíð, sem skrifaði Sálm 27, þekkti höfnun. Fjölskylda hans hunsaði hann, óvinir hans eltu hann, sonur hans svikinn – samt lýsir hann yfir af fullri vissu: *„Drottinn mun halda mér nærri.“*

Láttu það vera veruleiki þinn í dag. Guð skilgreinir þig ekki út frá því hver hafnaði þér - heldur út frá þeim sem endurleysti þig.

Íhugunarspurningar:

1. Hver í lífi þínu fékk þig til að finnast þú vera óverðugur eða ósýnilegur?
2. Hvaða lygi hefur þú trúað um sjálfan þig vegna þessarar höfnunar?

Bænayfirlýsing:

Faðir, jafnvel þegar fólk hafnar mér, þá tekur þú við mér. Þegar aðrir yfirgefa mig, þá heldur þú mér fast. Ég gefst upp á sársauka fyrri höfnunar og tek á móti græðandi faðmi þínum. Gerðu mig heilan á ný, í nafni Jesú. Amen.

Dagbókarfyrirmæli:

Skrifaðu bréf til þess einstaklings (eða þeirra) sem hafnaði þér – ekki til að senda þig, heldur til að leysa úr læðingi. Helltu yfir sársauka þinn og biddu síðan Guð að fylla það skarð með sannleika sínum.

Athugasemdir:

DAGUR 2: Rót lyginnar

Ritningin (aukin):

„Þjófurinn kemur ekki nema til þess að stela, slátra og tortíma. Ég er kominn til þess að þeir hafi líf og líf í gnægð.“ – Jóhannes 10:10 AMP

Sagan hans Mikaels:

Mikael gat ekki hrist röddina í höfðinu: *„Þú ert ekki nóg.“* Hún ómaði í fundarherbergjum, í hjónabandi hans, jafnvel í kirkjunni. Í hvert skipti sem einhver viðurkenndi ekki viðleitni hans opnaðist sárið aftur. Hann lagði meira á sig til að sanna gildi sitt, en lófatakið varði aldrei.

Sagan af Grace:

Grace dreymdi eitt sinn um að verða söngkona. En nóttina sem móðir hennar hló og sagði: *„Ekki gera þér neikvætt,“* dó draumurinn. Síðan þá hefur hvert tækifæri fundist eins og gildra, hvert hrós eins og lygi. Hún huldi hæfileika sína undir auðmýkt, hrædd við að vera séð.

Andleg innsýn:

Höfnun býr djúpt innra með okkur: *„Þú ert ekki verðugur,“ „Þú munt aldrei standast væntingar,“ „Þú ert óelskulegur.“* En þetta eru ekki hugsanir þínar – þetta eru fræ sem óvinurinn sáir til að stela sjálfsmynd þinni, drepa sjálfstraust þitt og eyðileggja örlög þín.

Jesús kom ekki bara til að frelsa sál þína – hann kom til að **endurreisa allt líf þitt** , þar á meðal **gildi þitt** , **rödd** og **sjálfsmynd** .

Í dag, greindu lygina. Rífðu hana upp með rótum. Skiptu henni út fyrir sannleika. Sannleikur Guðs er ekki viðbragðshæfur - hann er endurleysandi.

Íhugunarspurningar:

1. Hvaða endurtekna hugsun hefur takmarkað vöxt þinn eða stolið gleði þinni?
2. Geturðu bent á hvar og hvenær þessi lygi hófst?

Bænayfirlýsing:

Jesús, þú komst til að gefa mér gnægð lífs. Ég hafna hverri lygi sem segir að ég sé einskis virði eða óæskilegur. Ég ríf upp þessar lygar og tek á móti sannleika þínum: Ég er elskaður, verðmætur og skapaður með tilgang. Lækna mig innan frá og út. Amen.

Dagbókarfyrirmæli:

Teldu upp þrjár lygar sem þú hefur trúað um sjálfan þig. Skrifaðu síðan, við hliðina á hverri þeirra, sannleika úr orði Guðs sem hrekur þær.

Athugasemdir:

DAGUR 3: Þegar ástin hverfur

Ritningin (NLT):

„Drottinn er nálægur þeim sem hafa sundurmarið hjarta, hann bjargar þeim sem eru sundurmarnir.“ – Sálmur 34:18

Sagan hans Mikaels:

Hún var sú sem hann hélt að myndi eftir standa. Þegar konan hans gekk út tók hún meira en fötin sín – hún tók síðasta snefil af sjálfstrausti hans. *„Þú ert of skemmdur,“* hafði hún sagt. Brottför hennar fannst eins og staðfesting á því að allt sem hann óttaðist væri satt.

Sagan af Grace:

Unnusti Grace var gleymdur af henni aðeins vikum fyrir brúðkaup þeirra. Engin skýring. Bara þögn. Hún kenndi sjálfri sér um – útliti sínu, persónuleika sínum, fortíð sinni. Henni fannst hún hafa verið yfirgefin eins og mistök sem enginn vildi gera tilkall til.

Andleg innsýn:

Fá sár eru dýpri en að vera yfirgefinn af einhverjum sem lofaði að vera áfram. En sannleikurinn er sá: **Guð er aldrei sá sem fer í burtu.** Hann þreytist ekki á tárum þínum. Hann hörfar ekki þegar þú ert ekki í þínu besta formi.

Hjarta þitt kann að vera brotið, en það er ekki óbætanlegt. Þegar fólk yfirgefur þig, þá hallar Guð sér að þér. Hann nálgast sundurbrotna anda þinn - ekki til að hafa samúð með þér, heldur til að **bjarga þér og leiðrétta** þig.

Íhugunarspurningar:

1. Hver gekk frá þér og hvernig mótaði það sjálfsvirðingu þína?
2. Á hvaða hátt berðu enn þá yfirgefningu í dag?

Bænayfirlýsing:

Drottinn, ég gef þér sársauka fólks sem hefur yfirgefið. Ég kann að finnast ég yfirgefin, en ég er aldrei ein. Vertu mér nálægt í broti mínu. Bjarga mér með kærleika þínum og endurbyggðu það sem glataðist. Amen.

Dagbókarfyrirmæli:

Skrifaðu bænabréf til Guðs um samband sem særði þig djúpt. Vertu heiðarlegur – leyfðu honum síðan að tala til baka til hjartans þíns.

Athugasemdir:

DAGUR 4: Skammast þín

Ritningin (AMP):

„Í stað fyrri smánar þinnar munt þú fá tvöfaldan hlut ...“ – Jesaja 61:7a

Sagan hans Mikaels:

Michael hataði að fara í fjölskylduboð. Öllum öðrum gekk „vel“. Hann var enn að reyna að laga fortíðina – atvinnumissi, misheppnað hjónaband, skuldir. Augnaráðin, þögnin, samúðin – allt öskraði *skömm.*

Sagan af Grace:

Skömm hvíldi á herðum Grace eins og skuggi. Kynferðisofbeldið, slitnu trúlofunin, slæmu ákvarðanirnar – hún trúði því að hún bar þau eins og skarlatsrauðan staf. Jafnvel þegar hún brosti hvíslaði sál hennar: *„Þau vita það.“*

Andleg innsýn:

Skömm kemur ekki frá Guði. Sektarkennd segir: „Ég gerði eitthvað rangt.“ Skömm segir: „Ég *er* eitthvað rangt.“ Jesús bar hvort tveggja á krossinum – sektarkennd þína og skömm.

Loforð Guðs í Jesaja 61:7 er ekki óljós huggun. Það er **yfirlýsing um guðlega bætur** . Fyrir skömm þína gefur hann heiður. Fyrir höfnun gefur hann tilheyrslu. Fyrir sársauka gefur hann tilgang.

Þú þarft ekki að bera skömm annan dag.

Íhugunarspurningar:

1. Hvaða minning eða mistök vekja enn upp skömm hjá þér?
2. Hvernig myndi það líta út að lifa eins og þér væri sannarlega fyrirgefið?

Bænayfirlýsing:

Guð, ég legg niður skömm. Ég er ekki það sem mér var gert eða það sem ég hef gert - ég er sá sem þú segir að ég sé. Klæddu mig reisn. Endurheimtu sjálfsmynd mína. Ég fæ tvöfaldan skammt af lækningu og heiðri þínum. Amen.

Dagbókarfyrirmæli:

Lýstu einu sem þú hefur haldið leyndu vegna skammar. Skrifaðu síðan hvernig frelsið væri ef sú byrði væri horfin.

Athugasemdir:

DAGUR 5: Röddin innan okkar

Ritningin (NLT):

„Því að vér erum verk Guðs. Hann hefur skapað oss upp á nýtt í Kristi Jesú til þess að vér getum gjört þau góðu verk sem hann fyrirhugaði oss frá upphafi.“ – Efesusbréfið 2:10

Sagan hans Mikaels:

Mikael heyrði oft gagnrýna rödd föður síns í höfðinu á sér: *„Þú verður aldrei neitt.“* Jafnvel sem fullorðinn maður stýrði sú rödd ákvörðunum hans – og kæfði möguleikum hans.

Sagan af Grace:

Innri rödd Grace endurómaði hvert einasta grimmilega orð sem hún talaði um. Jafnvel þegar fólk hrósaði henni hvíslaði hugur hennar: *„Þau meina það ekki í alvöru.“* Hún spillti fyrir blessunum, hrædd um að þær yrðu rifnar burt.

Andleg innsýn:

Við berum öll innri frásagnir – handrit sem eru skrifuð af höfnun, áföllum, ótta. En í dag endurskrifar Guð sögu þína. Þú ert ekki mistök. Þú ert ekki meðalmaður. Þú ert ekki óæskileg.

Þú ert **meistaraverk hans** . Þú varst skapaður með ásetningi, þveginn í náð og ætlaður til mikilleika.

Það er kominn tími til að þagga niður í gagnrýnandanum og magna upp rödd skaparans.

Íhugunarspurningar:

1. Hvers rödd heyrir þú enn endurtaka höfnun eða gagnrýni?
2. Hvaða sannleika úr orði Guðs þarftu að tala hærra?

Bænayfirlýsing:

Faðir, þaggaðu niður í hverri röddu sem talar gegn verðleika mínum. Ég vel að trúa því sem þú segir um mig. Ég er meistaraverk þitt. Ég er nóg. Ég var skapaður af ásettu ráði, með ásettu ráði. Amen.

Dagbókarfyrirmæli:

Skrifaðu „ég er" lista byggðan á orði Guðs (t.d. ég er útvalinn, ég er elskaður, ég er heill…). Hengdu hann upp á sýnilegum stað.

Athugasemdir:

DAGUR 6: Faðmlag föðurins

Ritningin (NLT):

„ Hann fór þá heim til föður síns. Og meðan hann var enn langt í burtu, sá faðir hans hann koma. Hann hljóp til sonar síns, faðmaði hann og kyssti hann, fullur ástar og umhyggju.“ – Lúkas 15:20

Sagan hans Mikaels:

Míkael hafði verið fjarri Guði — knúinn áfram af beiskju og ásökunum. En eina nóttina, niðurbrotinn og úrvinda, hvíslaði hann bæn: *„Ef þú ert ennþá þarna ...“* Það sem fylgdi í kjölfarið var ekki fordæming heldur óumdeilanleg friður.

Sagan af Grace:

Grace ímyndaði sér Guð eins og jarðneskan föður sinn – fjarlægan og vonsvikinn. En í guðsþjónustu sagði lagið: *„Hann er góður, góður faðir.“* Tár féllu þegar nýr veruleiki rann upp fyrir honum: *Guð vill mig... jafnvel núna.*

Andleg innsýn:

Sagan um glataða soninn snýst ekki bara um iðrun – hún fjallar um **föður sem hleypur** . Guð bíður ekki bara; hann horfir á. Hann hefur ekki áhuga á fyrirlestrum heldur **faðmar** ...

Þér kann að finnast þú vera óverðugur, of langt farinn, of skaddaður – en faðir þinn sér þig. Hann vill að þú komir heim. Láttu faðma hans vera staðinn þar sem lækning þín hefst.

Íhugunarspurningar:

1. Sérðu Guð sem kærleiksríkan föður eða fjarlæga persónu?
2. Hvaða óttast þú við að vera algerlega umvafinn honum?

Bænayfirlýsing:

Abba faðir, ég kem til þín eins og ég er. Hlauptu til mín, haltu mér, læknaðu mig. Ég legg niður óttann og tek á móti faðmi þínum. Þú ert ekki eins og þeir sem fóru - þú ert trúr, góður og kærleiksríkur. Amen.

Dagbókarfyrirmæli:

Skrifaðu bréf eins og Guð sé að tala við þig sem ástkært barn sitt. Byrjaðu á: *„Dýrmæti sonur/dóttir mín...“*

Athugasemdir:

DAGUR 7: Þess virði að bíða

Ritningin (AMP):

„ Þess vegna bíður Drottinn eftir að miskunna þér, þess vegna bíður hann uppi til að miskunna þér.“ – Jesaja 30:18

Sagan hans Mikaels:

Míkael hélt að Guð hefði gleymt sér. Áralöng ósvöruð bænir gerðu hann dofinn. En Guð var ekki að hunsa hann - hann var að undirbúa hann. Það sem virtist eins og töf var guðleg tímasetning.

Sagan af Grace:

Grace velti fyrir sér hvers vegna bænir hennar um ást og viðurkenningu virtust ósvaraðar. Hægt og rólega opinberaði Guð: *„Ég er ekki bara að gefa þér það sem þú vilt. Ég er að búa þig undir það sem þú þarft.“*

Andleg innsýn:

Þögn Guðs er ekki fjarvera. Stundum bíður hann – ekki til að refsa, heldur til að koma í **staðinn** . Tafir hans eru ekki afneitun – þær eru merki um djúpa, af ásettu ráði kærleika.

Þú ert ekki gleymdur. Þú ert **þess virði að bíða** . Og það sem Guð hefur fyrir þig verður miklu meira en það sem höfnun reyndi að stela.

Íhugunarspurningar:

1. Hvaða tafir hafa fengið þig til að efast um virði þitt?
2. Geturðu treyst tímasetningu Guðs jafnvel þegar hún virðist hægur?

Bænayfirlýsing:

Drottinn, ég vel að treysta þér í biðinni. Hjálpaðu mér að rugla ekki saman þögn og fjarveru. Undirbúa mig, fága mig og þegar tíminn er réttur - endurreisa mig. Amen.

Dagbókarfyrirmæli:

Skrifaðu um eitthvað sem þú hefur beðið eftir. Skrifaðu síðan hvað það myndi þýða að treysta Guði fyrir niðurstöðunni.

Athugasemdir:

DAGUR 8: Sannleikurinn um þig

Ritningin (NLT):

„Þér hafið ekki útvalið mig. Ég hef útvalið yður. Ég hef falið yður að fara og bera varanlegan ávöxt...“ – Jóhannes 15:16

Sagan hans Mikaels:

Mikael fannst hann alltaf vera varaáætlun í lífinu – aldrei sá sem valdi fyrst. En þegar hann las að Jesús hefði valið hann persónulega breyttist eitthvað í honum. *„Guð vill mig,“* hvíslaði hann.

Sagan af Grace:

Grace leit á sjálfa sig sem „þá sem þau sættu sig við.“ En í kyrrðinni í herbergi sínu hvíslaði Guð: *„Ég valdi þig áður en þau gátu hafnað þér.“*

Andleg innsýn:

Áður en heimurinn sagði *„þú ert ekki nóg“*, sagði Guð *„þú ert minn.“* Þú varst valinn – ekki sem tvisvar á dagskrá, ekki af samúð – heldur með ásetningi og kærleika.

Láttu þann sannleika vera akkeri þitt í dag: Þú ert **handvalinn** af himninum.

Íhugunarspurningar:

1. Hvenær hefur þér fundist þú vera eins og aukaatriði í lífi einhvers?
2. Hvernig breytir það sjálfsmynd þinni að vita að Guð hefur valið þig?

Bænayfirlýsing:

Jesús, takk fyrir að hafa valið mig. Ég er ekki gleymdur, hafnað eða tilviljanakenndur. Ég er þinn. Hjálpaðu mér að ganga í trausti þess sannleika í dag. Amen.

Dagbókarfyrirmæli:

Skrifaðu niður fimm svið í lífi þínu þar sem þú velur nú að trúa: *„Ég er útvalinn.“*

Athugasemdir:

DAGUR 9: Að brjóta hringrásina

Ritningin (AMP):

„Sjá, ég gjöri nýtt! Nú sprettur það fram; takið þér það ekki eftir?“ – Jesaja 43:19

Sagan hans Mikaels:

Mikael áttaði sig á því að hann var að endurtaka það sem hann ólst upp við — tilfinningalega fjarlægð, vantraust, þögul þjáning. En einn daginn sagði hann: *„Þetta endar hjá mér.“*

Sagan af Grace:

Grace hafði ýtt öllum heilbrigðum samböndum frá sér vegna þess að sársauki var kunnuglegri en ástin. Þangað til hún sagði loksins: *„Ekki lengur. Ég er verðug sannrar ástar.“*

Andleg innsýn:

Höfnun endurtekur sig oft - nema við stöðvum hana. Guð gefur þér kraftinn til að **brjóta hringrásina** . Það sem særði þig mun ekki hafa lokaorðið. Það sem skaðaði þig mun ekki skilgreina þig.

Þú ert ekki sagan þín. Þú ert ný byrjun Guðs.

Íhugunarspurningar:

1. Hvaða mynstur í lífi þínu eiga rætur sínar að rekja til höfnunar?
2. Ertu tilbúin/n að velja lækningu, jafnvel þótt það sé ókunnugt?

Bænayfirlýsing:

Guð, ég þakka þér fyrir að ég er ekki bundinn af fortíðinni. Brjóttu alla vítahringi höfnunar, ótta og vantrausts á mig. Ég lýsi því yfir: þetta endar hjá mér og lækning hefst í dag. Amen.

Dagbókarfyrirmæli:

Lýstu kynslóðamynstri eða persónulegri hegðun sem þú ert tilbúinn/tilbúin að brjóta. Hvaða „nýja hlut“ trúir þú að Guð vilji hefja?

Athugasemdir:

DAGUR 10: Krafturinn til að fyrirgefa

Ritningin (NLT):

„Hafið umhyggju fyrir hver öðrum og fyrirgefið þeim sem móðga ykkur. Munið að Drottinn hefur fyrirgefið ykkur, svo að þið skuluð líka fyrirgefa öðrum." – Kólossubréfið 3:13

Sagan hans Mikaels:

Mikael vildi ekki fyrirgefa föður sínum. En reiðin hélt honum aðeins fjötrum. Fyrirgefning var ekki gleymska – hún var að frelsa hann úr fangelsi sársaukans.

Sagan af Grace:

Grace fyrirgaf loksins vinkonunni sem sveik hana – ekki vegna þess að hún átti það skilið, heldur vegna þess að Grace þurfti á friði að halda. Fyrirgefning varð leið hennar að frelsi.

Andleg innsýn:

Fyrirgefning er ekki tilfinning – hún er **val** . Ekki

afneitun á sársauka heldur yfirlýsing um að sársaukinn muni ekki lengur stjórna lífi þínu.

Þú ert ekki að afsaka það sem gerðist. Þú ert **að gefa** sjálfum þér lausan tauminn til að halda áfram.

Íhugunarspurningar:

1. Hverjum þarftu að fyrirgefa til að geta læknast?
2. Hvað kemur í veg fyrir að þú sleppir alveg tökunum?

Bænayfirlýsing:

Drottinn, ég kýs að fyrirgefa – ekki vegna þess að þau verðskulda það, heldur vegna þess að ég þrái lækningu. Frelsaðu mig frá beiskju og kenn mér að elska á ný. Í nafni Jesú, amen.

Dagbókarfyrirmæli:

Skrifaðu fyrirgefningarbréf. Vertu heiðarlegur. Biddu síðan yfir því og slepptu viðkomandi í hendur Guðs.

Athugasemdir:

DAGUR 11: Að endurskrifa frásögnina

Ritningin (NLT):

„Þess vegna er sá sem tilheyrir Kristi orðinn nýr maður. Gamla lífið er liðið hjá, nýtt líf er hafið!“ – 2. Korintubréf 5:17

Sagan hans Mikaels:

Mikael leit alltaf á sjálfan sig sem brotinn, gallaðan og óverðskuldaðan. En þegar hann lærði orð Guðs fór hann að skrifa nýja sögu um sjálfan sig – sögu sem byggðist á sannleika, ekki áföllum.

Sagan af Grace:

Grace ólst upp við það að heyra að hún væri „of tilfinningaþrungin“, „of mikil“. Í mörg ár reyndi hún að minnka sig. En Guð hvíslaði: *„Þú ert akkúrat réttlátur í mínum augum.“*

Andleg innsýn:

Höfnun skrifar falskar merkimiða: *óelskulegur, ófullnægjandi, skaddaður.* En þegar þú tekur við Kristi færðu **nýja sjálfsmynd** . Orð Guðs verður nýja handritið þitt.

Þú ert ekki það sem aðrir gerðu við þig. Þú ert ekki það sem þeir sögðu um þig. Þú ert **meistaraverk Guðs í vinnslu.**

Íhugunarspurningar:

1. Hvaða fölskum nöfnum eða merkimiðum hefur þú trúað á sjálfan þig?
2. Hvað segir Guð um hver þú í raun og veru ert?

Bænayfirlýsing:

Drottinn, ég gefst upp á lygunum sem ég hef lifað undir. Ég fæ nýtt nafn, nýja sjálfsmynd, nýtt líf í þér. Hjálpaðu mér að lifa eins og sú manneskja sem þú skapaðir mig til að vera. Amen.

Dagbókarfyrirmæli:

Skrifaðu niður þrjár rangar skoðanir sem þú hefur haft um sjálfan þig. Skrifaðu síðan ritningarvers eða sannleika til að andmæla hverri þeirra.

Athugasemdir:

DAGUR 12: Þú ert ekki einn

Ritningin (AMP):

„Því að hann [Guð] hefur sjálfur sagt: ‚Ég mun alls ekki bregðast þér né yfirgefa þig né skilja þig eftir án stuðnings...'" – Hebreabréfið 13:5b

Sagan hans Mikaels:

Mikael hélt að hann þyrfti að berjast í hverri einustu orrustu. En smám saman fór hann að finna fyrir nærveru Guðs á kyrrlátum stundum – aldrei yfirgefa hann, aldrei yfirgefa hann.

Sagan af Grace:

Grace grét ein í myrkrinu og hélt að enginn sæi hana. Eitt kvöldið las hún þetta vers og áttaði sig á: *„Guð var alltaf þarna. Ég tók bara aldrei eftir því."*

Andleg innsýn:

Einmanaleiki er ein af háværustu lygum höfnunar. En sannleikurinn er sá að **Guð er með þér** — í þögninni, í sársaukanum, í óvissunni.

Hann er Immanuel, *Guð með okkur* , ekki bara á góðum tímum, heldur á öllum erfiðum stöðum.

Íhugunarspurningar:

1. Hefurðu einhvern tíma trúað því að þú værir í raun og veru ein/n?
2. Á hvaða hátt geturðu orðið meðvitaðri um nærveru Guðs með þér?

Bænayfirlýsing:

Guð, ég þakka þér fyrir að hafa aldrei yfirgefið mig. Jafnvel þegar ég var einmana, varstu þar. Opna augu mín svo að ég sjái þig á hverri árstíð. Amen.

Dagbókarfyrirmæli:

Rifjaðu upp augnablik þar sem þú hélst að þú værir einn, en þegar þú horfir til baka áttarðu þig á að Guð var nærverandi. Lýstu þeirri minningu og hvað hún kenndi þér.

Athugasemdir:

DAGUR 13: Elskað án skilyrða

Ritningin (NLT):

„En Guð sýndi mikla kærleika sinn til okkar með því að senda Krist til að deyja fyrir okkur meðan við enn vorum í syndum okkar." – Rómverjabréfið 5:8

Sagan hans Mikaels:

Mikael fannst hann alltaf þurfa að vinna sér inn ást — með frammistöðu, fullkomnun og þykkingu. Þegar honum mistókst bjóst hann við höfnun. En kærleikur Guðs kipptist aldrei við.

Sagan af Grace:

Grace reyndi að bæta sig áður en hún kom til Guðs. Dag einn áttaði hún sig á því: *„Hann elskaði mig nú þegar ... áður en ég náði mér í lag."*

Andleg innsýn:

Kærleikur Guðs byggist ekki á fullkomnun þinni - hann er rótgróinn í **náð hans** . Þú ert elskaður á versta degi þínum jafn mikið og á besta degi þínum.

Það er ekkert sem þú getur gert til að fá Guð til að elska þig meira – og ekkert sem þú hefur gert sem fær hann til að elska þig minna.

Íhugunarspurningar:

1. Á hvaða hátt hefur þú reynt að „vinna þér inn“ ást — frá fólki eða frá Guði?
2. Geturðu þegið ást jafnvel þótt þér finnist þú vera óverðugur?

Bænayfirlýsing:

Faðir, ég þakka þér fyrir að elska mig skilyrðislaust. Hjálpaðu mér að hætta að keppast og byrja að hvílast í fullkomnum kærleika þínum. Ég tek á móti honum í dag með opnu hjarta. Amen.

Dagbókarfyrirmæli:

Skrifaðu bréf frá Guði til þín sem byrjar á *„Ég elska þig vegna þess að…“* Láttu það flæða af einlægni og náð.

Athugasemdir:

DAGUR 14: Rótfest, ekki höfnun

Ritningin (NLT):

„Látið rætur ykkar vaxa í honum og byggið líf ykkar á honum.“ – Kólossubréfið 2:7a

Sagan hans Mikaels:

Míkael byggði oft sjálfsmynd sína á skoðunum fólks – góðum eða slæmum. En þegar hann festi rætur í Kristi fann hann stöðugleika sem hann vissi aldrei að hann þyrfti.

Sagan af Grace:

Grace breytti vanalega hver hún var eftir því hverjum hún var í kringum. En hún fór að þroskast þegar hún spurði sjálfa sig: *„Hver er ég þegar það er bara ég og Guð?“*

Andleg innsýn:

Þegar sjálfsmynd þín er rótgróin í höfnun, finnst þér lífið óstöðugt. En þegar þú festir gildi þitt í Kristi, koma stormar - en þeir hrista þig ekki.

Láttu rætur þínar vaxa djúpt í kærleika Guðs og sannleika. Þar finnur þú **öryggi** og **styrk** .

Íhugunarspurningar:

1. Hvar hefur þú verið að planta sjálfsmynd þinni — orði Guðs eða velþóknun fólks?
2. Hvaða iðkanir geta hjálpað þér að vera rótgróin í Kristi?

Bænayfirlýsing:

Drottinn, gróðurset mig djúpt í þér. Ég hafna grunnum jarðvegi fólksþóknunar og samanburðar. Lát rætur mínar vaxa sterkar í sannleika þínum. Amen.

Dagbókarfyrirmæli:

Búðu til lista yfir „rótarsannleika" — grundvallarritningarvers eða staðfestingar sem minna þig á hver þú ert í Kristi.

Athugasemdir:

DAGUR 15: Frá ör til sögu

Ritningin (NLT):

„Þið ætluðuð að gera mér illt, en Guð ætlaði mér það allt til góðs. Hann leiddi mig hingað til að ég gæti bjargað lífi margra.“ – 1. Mósebók 50:20

Sagan hans Mikaels:

Stærsta sár Michaels varð að hans stærsta skilaboðum. Hann hjálpar nú öðrum að gróa sár föður síns og minnir þá á: *„Ef Guð gat læknað mig, þá getur hann læknað þig.“*

Sagan af Grace:

Grace byrjaði blogg um að jafna sig eftir svik. Það sem áður þaggaði niður í henni gaf henni nú rödd. Ör hennar varð vegvísir einhvers annars að von.

Andleg innsýn:

Ör þín eru ekki skammarleg - þau eru **sönnun fyrir því að þú hafir lifað af** . Guð sóar ekki sársauka.

Hann umbreytir honum. Lækning þín verður að leiðarljósi fyrir aðra.

Þú ert ekki bara endurreistur fyrir þig — heldur fyrir alla sem sagan þín mun snerta.

Íhugunarspurningar:

1. Hvaða sársaukafullar reynslur gæti Guð viljað nota til að hjálpa öðrum?
2. Ertu tilbúin/n að láta hann breyta örum þínum í sögur um endurlausn?

Bænayfirlýsing:

Drottinn, ég þakka þér fyrir að nota sársauka minn. Ég býð þér sár mín – endurleys þau þér til dýrðar. Gerðu lækningu mína að ljósi fyrir aðra. Amen.

Dagbókarfyrirmæli:

Skrifaðu vitnisburð þinn á einni síðu — hvernig lífið var áður, hvað gerðist og hvernig Guð læknar þig núna.

Athugasemdir:

DAGUR 16: Að græða með fyrirgefningu

Ritningin (AMP):

„Verið góðviljug og hjálpsöm hvert við annað, miskunnsöm og fyrirgefið hvert öðru, eins og Guð hefur fyrirgefið yður í Kristi.“ – Efesusbréfið 4:32

Sagan hans Mikaels:

Mikael bar með sér reiði gagnvart móður sinni í mörg ár. En hann áttaði sig á því að vanvirðing hans var að eitra framtíð hans. Að sleppa henni breytti ekki fortíðinni – en það læknaði hjarta hans.

Sagan af Grace:

Grace fyrirgaf þeim sem aldrei baðst afsökunar. Hún lærði að fyrirgefning var ekki fyrir þeirra frelsi heldur fyrir hennar.

Andleg innsýn:

Fyrirgefningarleysi er þungi sem heldur höfnun föstum. En þegar þú fyrirgefur brýtur þú fjötrana sem binda þig við fortíðina.

Fyrirgefning er ekki að segja *„Þetta var í lagi“*. Það er að segja *„Ég sleppi þér svo ég geti verið frjáls.“*

Íhugunarspurningar:

1. Er einhver sem þú hefur átt erfitt með að fyrirgefa? Af hverju?
2. Hvernig myndi hjarta þitt líða án þessarar byrðar?

Bænayfirlýsing:

Drottinn, ég vel að fyrirgefa. Ég sleppi sársaukanum, reiðinni og hefndarþörfinni. Ég treysti þér til að færa réttlæti og lækningu. Leys mig, í nafni Jesú. Amen.

Dagbókarfyrirmæli:

Skrifaðu fyrirgefningarbréf (þú þarft ekki að senda það). Helltu út hjarta þínu og slepptu því sem hefur haldið þér fjötrum.

Athugasemdir:

DAGUR 17: Að faðma kærleika föðurins

Ritningin (NLT):

„Sjáið hversu mikið faðirinn elskar okkur, því að hann kallar okkur börn sín, og það erum við!“ – 1. Jóhannesarbréf 3:1a

Sagan hans Mikaels:

Míkael átti fjarlægan jarðneskan föður, svo hann gerði ráð fyrir að Guð væri sá sami. En með tímanum uppgötvaði hann himneskan föður sem var eftir, hlustaði og elskaði.

Sagan af Grace:

Grace þekkti aldrei föður sinn. En einn morguninn í guðsþjónustunni fann hún faðma um sig – þótt enginn væri þar. Hún vissi: *„Þetta var Abba faðir.“*

Andleg innsýn:

Kærleikur föðurins endurskilgreinir höfnun. Þar sem aðrir gengu burt, þar stendur Guð áfram. Þar sem aðrir gleymdu þér, þar valdi Guð þig.

Þú ert ekki munaðarlaus. Þú ert **ættleiddur, viðurkenndur og elskaður** .

Íhugunarspurningar:

1. Hver er þín skoðun á Guði föðurnum? Endurspeglar hún sannleikann – eða fyrri sár?
2. Hvernig myndi líf þitt breytast ef þú lifðir eins og ástkært barn?

Bænayfirlýsing:

Abba faðir, hjálpaðu mér að taka á móti kærleika þínum - ekki sem hugmynd, heldur sem veruleika. Læknaðu ímynd mína af þér. Leyfðu mér að hvíla í faðmi þínum. Amen.

Dagbókarfyrirmæli:

Skrifaðu dagbókarfærslu eins og Guð væri fullkominn faðir þinn sem talaði beint til þín.

Athugasemdir:

DAGUR 18: Að endurheimta sjálfsvirðingu

Ritningin (NLT):

„Þakka þér fyrir að gera mig svona undursamlega flókna! Undursamlegt er verk þitt, ég þekki það svo vel.“ – Sálmur 139:14

Sagan hans Mikaels:

Mikael fannst hann aldrei vera „nógur“. En þegar hann rannsakaði hvernig Guð hannaði hann af ásettu ráði hætti hann að reyna að vera einhver annar og faðmaði sér hver hann var.

Sagan af Grace:

Grace leit í spegilinn og sagði: *„Ég er ekki mistök mín.“* Á þeirri stundu hófst ferðalag hennar aftur til sjálfsvirðingar.

Andleg innsýn:

Höfnun skaðar sjálfsmynd þína. En sannleikur Guðs endurbyggir virði þitt. Þú ert ekki einnota. Þú ert **stórkostlegur, af ásettu ráði og verðmætur** .

Íhugunarspurningar:

1. Hvaða lygum hefur þú trúað um virði þitt?
2. Hvað segir Sálmur 139 um hvernig Guð sér þig?

Bænayfirlýsing:

Guð, endurheimtu sjálfsvirðingu mína. Kenn mér að elska það sem þú hefur skapað – mig. Þaggaðu niður rödd skömmarinnar og láttu mig heyra gleði þína í staðinn. Amen.

Dagbókarfyrirmæli:

Teldu upp fimm hluti sem þú elskar (eða vilt elska) við sjálfan þig - líkama, huga, sál eða anda.

Athugasemdir:

DAGUR 19: Að byggja upp heilbrigð mörk

Ritningin (AMP):

„Varðveit hjarta þitt umfram allt, því að þaðan kemur allt sem þú gjörir." – Orðskviðirnir 4:23

Sagan hans Mikaels:

Mikael sagði alltaf „já" til að forðast höfnun. En hann endaði uppgefinn, bitur og úrvinda. Að læra að segja „nei" var það kærleiksríkasta sem hann gerði nokkurn tímann.

Sagan af Grace:

Grace leyfði fólki að ganga um allt á sér – þangað til hún áttaði sig á því að góðvild hennar var ekki veikleiki, heldur þurfti hún á vernd að halda. Hún setti mörk og fann frið.

Andleg innsýn:

Að græða þýðir að læra að **verja hjarta þitt** . Mörk eru ekki veggir sem halda fólki úti - þau eru hlið sem vernda frið þinn og heiðra gildi þitt.

Mörkin segja: *„Ég elska þig og ég elska líka sjálfan mig.“*

Íhugunarspurningar:

1. Hvar í lífi þínu þarftu betri mörk?
2. Eru til sambönd þar sem ótti við höfnun hefur fengið þig til að fórna friði þínum?

Bænayfirlýsing:

Drottinn, hjálpaðu mér að heiðra þig með því að heiðra sjálfan mig. Kenn mér að segja nei þegar þörf krefur og já þegar það er rétt. Gefðu mér styrk til að setja mörk með kærleika. Amen.

Dagbókarfyrirmæli:

Teiknaðu persónulegt mörkakort — hvað er í lagi, hvað er ekki í lagi og hvað þú þarft til að finna fyrir öryggi og heilleika.

Athugasemdir:

DAGUR 20: Að standa með nýju sjálfsmyndinni þinni

Ritningin (AMP):

„Ef einhver er í Kristi [þ.e. græddur inn í hann, sameinaður honum með trú á hann sem frelsara], þá er hann ný sköpun [endurfæddur og endurnýjaður af heilögum anda]... “ – 2. Korintubréf 5:17

Sagan hans Mikaels:

Mikael kynnti sig ekki lengur sem „mann með vandamál“. Hann sagði: *„Ég er endurleystur, endurreistur og í verkefni.“*

Sagan af Grace:

Grace hætti að gera lítið úr sér. Hún gekk inn í herbergi vitandi að hún var valin – ekki vegna þess hver hún var – heldur vegna þess *hvers* hún var.

Andleg innsýn:

Höfnun reyndi að skilgreina sjálfsmynd þína. En **endurlausnin endurskrifar hana** . Þú ert ekki brotinn, hafnað eða gleymdur.

Þú ert barn Guðs – endurreist, endurnýjað og geislandi.

Íhugunarspurningar:

1. Hvernig myndir þú lýsa sjálfsmynd þinni núna?
2. Hvaða daglegar venjur hjálpa þér að standa sterkur í nýju sjálfsmynd þinni?

Bænayfirlýsing:

Jesús, ég stíg til fulls inn í þá sjálfsmynd sem þú hefur gefið mér. Ég læt alla falska merkimiða á bak við mig og geng djarflega sem ástvinur þinn. Lát líf mitt endurspegla dýrð þína. Amen.

Dagbókarfyrirmæli:

Lýstu því yfir að þú sért í Kristi í einni málsgrein. Talaðu það djarflega og geymdu það þar sem þú getur lesið það daglega.

Athugasemdir:

DAGUR 21: Að endurheimta röddina þína

Ritningin (NLT):

„Tungan getur leitt til dauða eða lífs, en sá sem elskar að tala mun uppskera afleiðingarnar.“ – Orðskviðirnir 18:21

Sagan hans Mikaels:

Mikael hafði þaggað niður í sjálfum sér til að halda friðinn. En hann áttaði sig á því að rödd hans hafði gildi. Vitnisburður hans fór að frelsa aðra þegar hann fór að tjá sig.

Sagan af Grace:

Grace lét alltaf aðra tala fyrir sig. En daginn sem hún sagði sögu sína opinberlega grét hún – ekki af skömm, heldur af græðslu.

Andleg innsýn:

Höfnun rænir okkur oft röddinni. En lækning endurheimtir hana. Sagan þín skiptir máli. Rödd þín ber með sér kraft og lækningu - fyrir sjálfan þig og aðra.

Þú ert ekki lengur án röddar. Þú ert *boðberi vonar* .

Íhugunarspurningar:

1. Hefur þú þaggað niður rödd þína vegna ótta eða höfnunar í fortíðinni?
2. Hvaða boðskap hefur lækningarferð þín gert þig tilbúinn til að miðla?

Bænayfirlýsing:

Faðir, hjálpaðu mér að tala líf. Endurheimtu rödd mína og gefðu mér kjark til að deila því sem þú hefur gert. Láttu sögu mína færa öðrum frelsi. Amen.

Dagbókarfyrirmæli:

Skrifaðu stutta útgáfu af vitnisburði þínum — hvaðan þú kemur og hvert Guð leiðir þig.

Athugasemdir:

DAGUR 22: Að bæta fyrir mistök fortíðar

Ritningin (AMP):

„Og vér vitum [með mikilli vissu] að Guð [sem ber mikla umhyggju fyrir okkur] lætur allt samverka [í áætlun] til góðs ...“ – Rómverjabréfið 8:28

Sagan hans Mikaels:

Míkael taldi að fortíð hans gerði hann óhæfan. En Guð notaði mistök hans sem undirstöðu fyrir köllun sína.

Sagan af Grace:

Grace taldi að saga hennar af slitnum samböndum gerði hana ónothæfa. En Guð breytti sársauka hennar í lækningastarf fyrir aðra.

Andleg innsýn:

Höfnun skilur okkur oft eftir með eftirsjá. En Guð sóar

engu – ekki einu sinni mistökum okkar. Hann endurleysir, endurreisir og endurskrifar sögur okkar.

Ekkert er umfram náð hans.

Íhugunarspurningar:

1. Hvaða mistök úr fortíðinni valda þér enn skömm?
2. Hvernig gæti Guð viljað nota þessar upplifanir sér til dýrðar?

Bænayfirlýsing:

Drottinn, ég þakka þér fyrir að ekkert útilokar mig frá kærleika þínum. Leys fortíð mína. Notaðu sögu mína til góðs og skapaðu fegurð úr broti mínu. Amen.

Dagbókarfyrirmæli:

Hugleiddu eina eftirsjá úr fortíðinni sem þú iðrast. Biddu Guð að sýna þér hvernig hann er að endurleysa hana.

Athugasemdir:

DAGUR 23: Að öðlast innri frið

Ritningin (NLT):

„Ég gef ykkur gjöf – hugarró og hjartafrið. Og friðinn sem ég gef, er gjöf sem heimurinn getur ekki gefið...“
– Jóhannes 14:27

Sagan hans Mikaels:

Míkael var hrjáður af kvíða og efasemdum. En í návist Guðs fann hann kyrrð sem veitti honum festu.

Sagan af Grace:

Grace var vön að vera upptekin til að forðast þögn. En þegar hún loksins hægði á sér fann hún frið.

Andleg innsýn:

Höfnun skapar innri óróa – en Jesús gefur innri frið. Friður er ekki fjarvera átaka – það er nærvera Krists.

Þú ert öruggur í honum.

Íhugunarspurningar:

1. Hvað stelur oftast friðinum þínum?
2. Hvað geturðu gert til að skapa rými til að taka á móti friði Guðs daglega?

Bænayfirlýsing:

Jesús, vertu minn friður. Kyrrðu hvern storm innra með mér. Láttu ró þína verða mitt andrúmsloft. Ég tek á móti þeim friði sem aðeins þú getur gefið. Amen.

Dagbókarfyrirmæli:

Lýstu augnabliki í þessari viku þegar þú fannst frið. Hvað stuðlaði að þeirri stund?

Athugasemdir:

DAGUR 24: Að rækta stuðningslegt samfélag

Ritningin (AMP):

„Betri eru tveir en einn ... Því að falli annar þeirra, þá getur annar þeirra reist félaga sinn upp.“ – Prédikarinn 4:9–10a

Sagan hans Mikaels:

Michael reyndi að jafna sig einn en náði ekki árangri. Þegar hann gekk til liðs við karlahóp fann hann styrk í sameiginlegri baráttu.

Sagan af Grace:

Grace átti í erfiðleikum með að treysta fólki. En smám saman opnaði hún sig fyrir hópi kvenna sem urðu lífsbjörg hennar.

Andleg innsýn:

Höfnun einangrar, en endurreisn á sér stað í

samfélaginu. Þú varst ekki skapaður til að lifa lífinu ein(n).

Örugg og styðjandi sambönd eru hluti af lækningaráætlun Guðs fyrir þig.

Íhugunarspurningar:

1. Áttu fólk sem lyftir þér upp andlega og tilfinningalega?
2. Hvaða skref geturðu tekið til að byggja upp guðrækileg tengsl?

Bænayfirlýsing:

Drottinn, leið mig til rétta fólksins. Hjálpaðu mér að finna og næra samfélag sem endurspeglar hjarta þitt. Lækna ótta minn við nálægð. Amen.

Dagbókarfyrirmæli:

Teldu upp fólkið sem styður við bataferlið þitt. Skrifaðu niður hvað þú ert þakklát/ur fyrir í fari þeirra – eða skrifaðu bæn fyrir framtíðartengsl.

Athugasemdir:

DAGUR 25: Að lýsa yfir stríði gegn skömminni

Ritningin (NLT):

„Þannig er þá engin fordæming fyrir þá sem tilheyra Kristi Jesú.“ – Rómverjabréfið 8:1

Sagan hans Mikaels:

Fortíð Mikaels ásótti hann þar til hann hrópaði einn daginn: *„Ég er ekki sá sem ég var – ég er sá sem hann segir að ég sé!“* Skömm rauf líf hans á þeirri stundu.

Sagan af Grace:

Grace bar skömm eins og önnur húð – þangað til hún stóð fyrir framan spegil og sagði: *„Ég fyrirgef mér sjálfri.“* Í fyrsta skipti fann hún fyrir frelsi.

Andleg innsýn:

Skömmin segir: *„Þú ert óverðugur.“* En Jesús segir: *„Þú ert fyrirgefið, elskaður og endurnýjaður.“*

Þú þarft ekki að lifa í skömm lengur. Krossinn hefur síðasta orðið.

Íhugunarspurningar:

1. Hvaða svið lífs þíns eru enn þunguð af skömm?
2. Hvaða sannleika boðar Rómverjabréfið 8:1 yfir þér?

Bænayfirlýsing:

Jesús, ég hafna skömm. Ég meðtek fyrirgefningu þína og náð. Ég er ekki dæmdur - ég er hreinn, útvalinn og fullkominn í þér. Amen.

Dagbókarfyrirmæli:

Skrifaðu bréf til fortíðar sjálfs þíns - fullt af ást, náð og staðfestu.

Athugasemdir:

DAGUR 26: Að faðma þína sönnu sjálfsmynd

Ritningin (AMP):

„En þér eruð útvalin kynslóð, konunglegt prestafélag, vígð þjóð, eignarlýður Guðs..." – 1. Pétursbréf 2:9

Sagan hans Mikaels:

Míkael hafði borið marga merkimiða — mistök, vonbrigði, mistök. En í Kristi uppgötvaði hann að hann var konungsfjölskylda, ekki rústir.

Sagan af Grace:

Grace lifði undir merkimiðum sem aðrir settu á hana. En þegar hún tók á sig sjálfsmynd sína sem dóttir Guðs breyttist svipur hennar.

Andleg innsýn:

Höfnun reynir að nefna okkur - en Guð hefur þegar gert það. Hann kallar okkur *útvalin, elskuð, heil, sín.* Þú ert ekki fortíð þín. Þú ert ekki það sem þau sögðu.

Þú ert sá sem *Hann* segist vera.

Íhugunarspurningar:

1. Hvaða neikvæðar merkingar hefur þú sætt þig við varðandi sjálfan þig?
2. Hvað segir Guð um sjálfsmynd þína?

Bænayfirlýsing:

Faðir, ég hafna allri fölsku sjálfsmynd. Ég samþykki hver þú segir mig vera – elskaðan, útvaldan og verðmætan. Lát sjálfsmynd mína vera rótgróin í þér. Amen.

Dagbókarfyrirmæli:

Skrifaðu yfirlýsingu um hver þú ert í Kristi. Segðu hana upphátt á hverjum morgni.

Athugasemdir:

DAGUR 27: Að ganga í fyrirgefningu

Ritningin (NLT):

„Hafið tillit til misgjörða hvers annars ... Munið að Drottinn hefur fyrirgefið ykkur, svo að þið skuluð líka fyrirgefa öðrum." – Kólossubréfið 3:13

Sagan hans Mikaels:

Mikael bar með sér biturð gagnvart föður sínum. En þegar hann sleppti honum í fyrirgefningu, hraðaði lækningin í lífi hans.

Sagan af Grace:

Grace skrifaði móður sinni bréf sem aldrei staðfesti hana. Þótt hún hefði aldrei sent það, þá fylltist fyrirgefning hjarta hennar.

Andleg innsýn:

Fyrirgefning er ekki að umbera sársaukann – hún er að velja frelsi fram yfir fjötra. Þú getur ekki gengið í endurreisn með fjötra beiskju.

Fyrirgefning er fyrir *þig* .

Íhugunarspurningar:

1. Hverjum þarftu enn að fyrirgefa — í einlægni?
2. Hvað kemur í veg fyrir að þú sleppir því?

Bænayfirlýsing:

Drottinn, ég vel að fyrirgefa. Ég sleppi sárinu og einstaklingnum. Lækna sár mín er ég hlýði þér. Gef mér náð til að ganga í frelsi. Amen.

Dagbókarfyrirmæli:

Skrifaðu fyrirgefningarbæn til einhvers sem særði þig djúpt.

Athugasemdir:

DAGUR 28: Að sækjast eftir tilgangi með djörfung

Ritningin (NLT):

„Því að vér erum verk Guðs. Hann hefur skapað oss upp á nýtt í Kristi Jesú til þess að vér getum gjört þau góðu verk, sem hann fyrirhugaði oss ...“ – Efesusbréfið 2:10

Sagan hans Mikaels:

Mikael hélt aldrei að Guð gæti notað hann. En nú leiðbeinir hann ungum mönnum frá brotnum heimilum – rétt eins og hann var einu sinni.

Sagan af Grace:

Grace stofnaði stuðningshóp fyrir konur sem glímdu við óöryggi. Sársaukinn varð hennar vettvangur.

Andleg innsýn:

Guð læknar okkur ekki bara *fyrir okkur* . Hann læknar

okkur svo við getum hjálpað öðrum að lækna. Þín endurreisn er tengd endurreisn einhvers annars.

Þú ert *smurður til áhrifa.*

Íhugunarspurningar:

1. Hvaða ástríða hefur sprottið upp úr sársauka þínum?
2. Hvernig geturðu byrjað að þjóna öðrum með sögu þinni?

Bænayfirlýsing:

Faðir, notaðu ferðalag mitt þér til dýrðar. Sýndu mér hverjum ég á að þjóna og hvernig. Láttu líf mitt skína með tilgangi. Amen.

Dagbókarfyrirmæli:

Teldu upp þrjár leiðir sem fortíð þín getur hjálpað öðrum í dag. Hvað ætlar þú að gera í þessari viku til að bregðast við einni þeirra?

Athugasemdir:

DAGUR 29: Að lifa óhagganlega heilu lífi

Ritningin (AMP):

„Þú munt vernda hann og varðveita þann í fullkomnum og stöðugum friði sem hefur hugann við þig…“ – Jesaja 26:3

Sagan hans Mikaels:

Mikael fékk áður ótta þegar honum var hafnað. Núna rennur höfnunin af honum – sjálfsmynd hans er of föst í sessi til að hægt sé að hrinda henni úr stað.

Sagan af Grace:

Yfirgefning er ekki lengur kveikja á náðinni. Hún veit að hún er örugg í Guði og að friðurinn verður ekki stolinn.

Andleg innsýn:

Heilleiki er ekki fullkomnun. Það er friður í storminum.

Þegar þú ert rótgróinn í Kristi gæti höfnun bankað upp á - en hún mun ekki rífa þig upp með rótum.

Þú ert heill. Þú ert óhagganlegur.

Íhugunarspurningar:

1. Hvaða aðstæður hristu þig áður en gera það ekki lengur?
2. Hvert er akkerið þitt þegar lífið verður óstöðugt?

Bænayfirlýsing:

Drottinn, ég meðtek heilleika þinn. Lát frið þinn varðveita hjarta mitt og huga. Ger mig óhagganlegan í þér. Amen.

Dagbókarfyrirmæli:

Skrifaðu um hvernig þú hefur breyst frá fyrsta degi þessarar ferðar.

Athugasemdir:

DAGUR 30: Fært verkefni til að lækna aðra

Ritningin (NLT):

„Hann huggar oss í allri okkar þrengingum svo að vér getum huggað aðra…“ – 2. Korintubréf 1:4

Sagan hans Mikaels:

Michael hefði aldrei getað ímyndað sér að verða leiðtogi. En nú ferðast hann og segir frá því hvernig Guð læknar hjörtu eins og hans.

Sagan af Grace:

Grace leiðir hugleiðsluferðir fyrir konur sem eru að jafna sig eftir áföll. Örin urðu hennar heilaga köllun.

Andleg innsýn:

Þetta er ekki endirinn – þetta er upphaf. Endurreisnarferð þín er nú *þjónusta þín* . Þú hefur verið *kallaður* , *útbúinn* og *sendur* .

Þú ert skip lækningar.

Íhugunarspurningar:

1. Hver þarf að heyra sögu þína núna?
2. Hvað ætlar þú að gera við þá lækningu sem þú hefur fengið?

Bænayfirlýsing:

Faðir, þakka þér fyrir að endurreisa mig. Ég tek á móti köllun þinni. Gerðu mig að ljósi og vonarkeri fyrir aðra sem enn eru í myrkri. Amen.

Dagbókarfyrirmæli:

Skrifaðu „boðsbréf“ þitt frá Guði. Hvað kallar hann þig til að gera héðan í frá?

Athugasemdir:

Niðurstaða: Frá endurreisn til tilgangs

Þú hefur komið langt. Fyrir þrjátíu dögum hófst þú þessa ferð með þunga höfnunar - sum sár ný, önnur grafin djúpt undir ára þögn. En dag eftir dag, sannleikur fyrir sannleika, hefur þú horfst í augu við sársaukann, opnað hjarta þitt og boðið Guði að græða það sem var brotið.

Nú hefur eitthvað breyst. Þú ert ekki lengur skilgreind(ur) af höfnun - þú ert merktur(ur) af **endurlausn** .

Þú ert **elskaður** — ekki fyrir það sem þú hefur gert, heldur fyrir hver þú ert í Kristi.
Þú ert **útvalinn** — handvalinn af Guði fyrir slíkan tíma sem þennan.
Þú ert **heill** — endurreistur innan frá, ekki lengur fangi fortíðar þinnar.

En þetta er ekki endirinn - **þetta er ný byrjun þín.**

Þegar þú stígur inn í næsta tímabil lífs þíns, megir þú ganga með endurnýjað sjálfstraust, andlega skýrleika og óhagganlegan frið. Láttu ör þín verða vitnisburð þinn. Láttu sársauka þinn knýja tilgang þinn. Láttu sama Guð og læknaði þig nú nota þig sem verkfæri til lækninga fyrir aðra.

Þú hefur læknast til að verða læknir.

Haltu áfram í orðinu. Vertu í samfélaginu. Haltu þig við köllun þína. Það eru enn líf sem bíða hinum megin við hlýðni þína. Þú hefur smakkað endurreisnina - lifðu nú í henni, vaxið í henni og deildu henni með heiminum.

Frá höfnun til endurreisnar. Frá brotnu til heilleika. Frá því að lifa af til að dafna.
Þetta er sagan þín núna.

Af öllu hjarta,
Zacharias Godseagle ; Sendiherra Monday O. Ogbe og Comfort Ladi Ogbe
Guðs Örn Þjónusta – GEMs
www.otakada.org

Elskaður, útvalinn og heill: 30 daga ferðalag frá höfnun til endurreisnar

HVERNIG Á AÐ FÆÐAST ENDUR EFIR BILLY GRAHAM

Hvernig á að fæðast á ný

Eftir Billy Graham

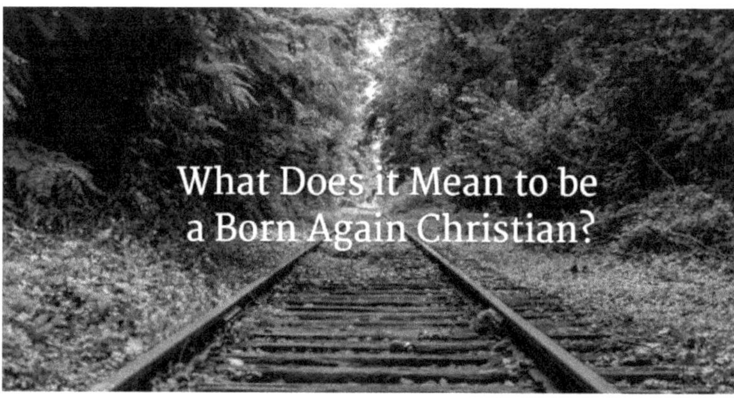

Maður að nafni Nikódemus kom til Jesú um nótt. Kannski var hann hræddur við gagnrýni eða langaði í einkaspjall, eða kannski vildi hann vita meira áður en hann gaf sig Jesú Kristi. Allavega kom hann og spurði Jesú nokkurra spurninga.

Jesús horfði á hann og sagði: „Níkódemus, þú þarft að fæðast á ný“ (sbr. Jóhannes 3:5). Reyndar sagði hann: „Sannlega, sannlega“ – og í hvert skipti sem Jesús notaði þetta orðatiltæki átti hann við að það sem átti eftir að gerast væri mjög mikilvægt. Hann sagði: „Sannlega, sannlega segi ég þér ... þér ber að fæðast á ný“ (Jóhannes 3:5,7).

Hefur þú fæðst á ný? **Kallið það trúskipti, kallið það skuldbindingu, kallið það iðrun** , kallið það að vera hjálpráðinn, en hefur það gerst hjá þér? Býr Kristur í hjarta þínu? Veistu það? Margir hafa hugsað lengi um trúarbrögð og kristni en samt aldrei skuldbundið sig. Ert þú hollur Jesú Kristi?

Nikódemus hlýtur að hafa verið agndofa þegar Jesús sagði: „Þér verðið að fæðast á ný.“ Það hefði ekki virst óvænt ef Kristur hefði sagt þetta við tollheimtumanninn Sakkeus eða við þjófinn á krossinum eða við konuna sem var gripin í hórdómi. En Nikódemus var einn af mestu trúarleiðtogum síns tíma. Samt sem áður var hann að leita að veruleikanum.

Þú gætir farið í kirkju, en kannski ert þú enn að leita. Það er tómt rými í hjarta þínu og eitthvað innra með þér segir þér að þú sért ekki í raun réttri stöðu gagnvart Guði. Nikódemus fastaði tvo daga vikunnar. Hann eyddi tveimur klukkustundum á hverjum degi í bæn. Hann greiddi tíund. Hvers vegna sagði Jesús að Nikódemus yrði að fæðast á ný? Vegna þess að hann gat lesið hjarta Nikódemusar. Jesús sá að Nikódemus hafði hulið sig trúarbrögðum en hafði ekki enn fundið samfélag við Guð.

Rót vandamála okkar

Hvað veldur öllum okkar vandamálum í heiminum – lygum, svikum, hatri, fordómum, félagslegum ójöfnuði og stríði? Jesús sagði: „En það sem út fer af munninum kemur frá hjartanu og það saurgar manninn“ (Matteus 15:18). Hann sagði að vandamálið væri í hjörtum okkar; hjörtu okkar þyrftu að breytast.

Sálfræðingar, félagsfræðingar og geðlæknar viðurkenna allir að eitthvað er að mannkyninu. Mörg orð í Ritningunni lýsa því. Meðal þeirra er orðið **brot** : „Synd er brot á lögmálinu“ (1. Jóhannesarbréf 3:4). Hvaða lögmál? Lögmál Móse, boðorðin tíu. Hefur þú einhvern tíma brotið eitt af þessum boðorðum? Þá ert þú sekur um að hafa brotið þau öll (Jakobsbréfið 2:10).

Orðið synd ber með sér hugmyndina um að missa marks, að vanrækja skyldur okkar, að gera ekki það sem við ættum að gera. Biblían segir: „Allt ranglæti er synd“ (1. Jóhannesarbréf 5:17). En áður en við komumst til himna verðum við að öðlast réttlæti. Guð segir: „Verið fullkomnir eins og ég er fullkominn, heilagir eins og ég er heilagur“ (Matteus 5:48, 1. Pétursbréf 1:16).

Hvar ætlum við að fá þessa fullkomnun? Við höfum hana ekki núna, en samt getum við ekki komist til himna ef við höfum hana ekki. Þess vegna dó Kristur á krossinum; Hann úthellti blóði sínu og reis upp til að réttlæta okkur.

Annað orð er **ranglæti** , sem þýðir að víkja af beinni braut. Jesaja sagði: „Vér villumst allir eins og sauðir, snúum oss hver sína leið, og Drottinn lét misgjörð vor allra koma niður á honum“ (Jesaja 53:6).

Biblían segir: „Eins og syndin kom inn í heiminn fyrir einn mann og dauðinn fyrir syndina ... þannig er dauðinn runninn til allra manna, því að allir hafa syndgað“ (Rómverjabréfið 5:12). Sérhver einstaklingur þarfnast róttækra breytinga. Við þurfum að fá fyrirgefningu synda okkar; við þurfum að vera íklædd réttlæti Guðs. Til að finna uppfyllingu í þessu lífi þurfum við að finna eitthvað til að skuldbinda okkur til. Ert þú skuldbundin manneskja? Hvað ert þú skuldbundin/n? Hvers vegna gerir þú Krist ekki að málstað þínum og fylgir honum? Hann mun aldrei bregðast þér.

Nýfæðingin

Sumir spyrja: Hvað er nýfæðing? Nikódemus spurði líka þessarar spurningar: „Hvernig getur maður fæðst þegar hann er gamall?“ Hann vildi skilja það.

Ég fæddist og ólst upp á mjólkurbúi. Hvernig getur svört kýr étið grænt gras og framleitt hvíta mjólk og gult smjör? Ég skil það ekki. Ég gæti sagt: „Þar sem ég skil það ekki, ætla ég aldrei að drekka mjólk aftur.“ Og þú myndir segja: „Þú ert brjálaður.“

Ég skil það ekki, en ég viðurkenni það í trú. Nikódemus gat aðeins séð hið efnislega og hið efnislega, en Jesús var að tala um hið andlega.

Hvernig á endurfæðingin sér stað? Við getum ekki erft nýja fæðingu. Biblían segir að þeir sem eru endurfæddir „eru ekki fæddir af blóði, né af holdsvilja né af mannsvilja, heldur af Guði“ (Jóhannes 1:13). Feður okkar og mæður kunna að vera mestu endurfæddu kristnu menn í heiminum, en það gerir okkur ekki líka að endurfæddum kristnum. Margir hafa þá hugmynd að vegna þess að þeir fæddust inn í kristið heimili séu þeir sjálfkrafa kristnir. Þeir eru það ekki.

Við getum ekki heldur unnið okkur leið til Guðs. Biblían segir að hjálpræðið komi „ekki af réttlætisverkum, sem vér höfum unnið, heldur frelsaði hann oss eftir miskunn sinni með laug endurfæðingarinnar og endurnýjunar heilags anda“ (Títusarbréfið 3:5).

Siðbót er heldur ekki nóg. Við getum sagt: „Ég ætla að byrja nýtt blað“ eða „ég ætla að setja mér áramótaheit.“ En Jesaja sagði að í augum Guðs væru „öll réttlæti okkar eins og óhrein klæði“ (Jesaja 64:6).

Sum okkar hafa breyst að utan til að aðlagast ákveðnum félagslegum stöðlum eða hegðun sem búist er við af okkur í kirkjum okkar, en innst inni höfum við aldrei breyst. Það var það sem Jesús var að tala við Nikódemus um. Hann sagði: „Nikódemus, þú þarft að breytast að innan,“ og aðeins Heilagur Andi getur gert það. Að fæðast að ofan er yfirnáttúruleg athöfn Guðs. Heilagur Andi sannfærir okkur um syndir okkar; hann truflar okkur vegna þess að við höfum syndgað gegn Guði. Og síðan endurnýjar Heilagur Andi okkur. Þá fæðumst við á ný. Heilagur Andi kemur til að búa í hjörtum okkar til að hjálpa okkur í daglegu lífi. Andi Guðs gefur okkur fullvissu, gleði, ber ávöxt í lífi okkar og kennir okkur Ritninguna.

Sumir reyna að líkja eftir Kristi. Þeir halda að allt sem við þurfum að gera sé að reyna að fylgja Jesú og reyna að gera það sem hann gerði, og þá komumst við til himna. En við getum það ekki. Við kunnum kannski trúarlögin. Við gætum jafnvel sungið bænir.

En ef við höfum ekki verið við rætur krossins, þá höfum við ekki fæðst á ný. Það er boðskapurinn sem Jesús er að reyna að kenna okkur.

Að fæðast á ný þýðir að „[Guð] muni gefa yður nýtt hjarta og leggja yður nýjan anda í brjóst“ (Esekíel 36:26). „Hið gamla er liðið undir lok, sjá, allt er orðið nýtt“ (2. Korintubréf 5:17). Við erum „hluttakendur í guðdómlegu eðli“ (2. Pétursbréf 1:4); við höfum „stigið yfir frá dauðanum til lífsins“ (Jóhannes 5:24). Nýfæðingin hefur í för með sér breytingu á heimspeki okkar og lífsháttum.

Leyndardómurinn

Það er leyndardómur yfir endurfæðingunni. Jesús sagði: „Vindurinn blæs hvert sem hann vill, og þú heyrir suðið af honum, en þú veist ekki hvaðan hann kemur né hvert hann fer“ (Jóhannes 3:8). En þú getur séð afleiðingarnar. Jesús reyndi ekki að útskýra endurfæðinguna fyrir Nikódemusi; takmarkaður hugur okkar getur ekki skilið hið óendanlega. Við komum með einfaldri barnalegri trú og við trúum á Jesú Krist. Þegar við gerum það fæðumst við á ný.

Ertu viss um hjálpræði þitt?

Það gerist svona. Fyrst verðum við að heyra orð Guðs. „Trúin kemur af því að heyra, en heyrnin kemur af orði Guðs“ (Rómverjabréfið 10:17). Það er fyrsta skrefið. „ Guði þóknaðist með heimsku boðskaparins að frelsa þá sem trúa“ (1. Korintubréf 1:21). Það hljómar heimskulega að orð úr Biblíunni hafi mátt til að ná inn í hjörtu okkar og breyta lífi okkar, en þau gera það, vegna þess að þau eru heilög orð Guðs.

Síðan er það verk Heilags Anda. Hann sannfærir: „Og þegar hann kemur mun hann sannfæra heiminn um synd, réttlæti og dóm“ (Jóhannes 16:8). Hann breytir okkur. Hann breytir vilja okkar, tilfinningum, lífsmarkmiðum og skapgerð. Hann gefur okkur nýtt markmið og ný markmið. „Hið gamla lætur undan og allt verður nýtt“ (Sbr. 2. Korintubréf 5:17). Síðan býr hann í okkur: „Vitið þér ekki, að þér eruð musteri Guðs og að andi Guðs býr í yður?“ Býr Guð, heilagur andi, í þér?

Jesús Kristur segir að við verðum að fæðast á ný. Hvernig fæðumst við á ný? Með því að iðrast syndar. Það þýðir að við erum tilbúin að breyta lífsháttum okkar. Við segjum við Guð, „Ég er syndari og mér þykir leitt.“ Það er einfalt og barnalegt. Þá með trú tökum við á móti Jesú Kristi sem Drottni okkar, meistara og frelsara. Við erum fús til að fylgja honum í nýju lífi í hlýðni, þar sem heilagur andi hjálpar okkur þegar við lesum Biblíuna, biðjum og vitnum.

Ef þú ert í vafa um hvort þú hafir fæðst á ný, þá vona ég að þú munir taka ákvörðun núna, því Biblían segir í 2. Korintubréfi 6:2: „Nú er náðartími, ... [í dag] er hjálpræðisdagur.“

„Ég er syndari og mér þykir leitt.“

Hefur þú áhyggjur af framtíðinni? Áttu í erfiðleikum með persónulegt eða andlegt vandamál sem veldur þér kvíða, óvissu eða ótta varðandi morgundaginn? Skoðaðu fjölda efnisþátta og spurninga og byrjaðu ferðalag þitt að friðsælla lífi núna.

Ertu að leita að svörum?

Er Guð að toga í hjarta þitt? Ertu tilbúinn fyrir raunverulegan og varanlegan frið sem aðeins fæst í gegnum samband við hinn eina sanna Guð? Taktu skref í átt að honum í dag.

Þú getur átt frið við Guð

Hvað er friður?

Svo margir sækjast eftir einu fremur en nokkru öðru – friði. Ástæðan fyrir því að þeir leita hans er sú að það er engin varanleg huggun eða frelsi í lífi þeirra. Það er eins og þeir séu alltaf órólegir. Biblían skilgreinir frið aðallega á þrjá vegu.

Sálfræðilegur friður, innri huggun.
Sambandsfriður, sátt meðal mannkyns.
Andlegur friður, sem er milli Guðs og manns.

Biblían lýsir því hvernig syndin skaðar eða útrýmir öllum þremur gerðum friðar. Þegar Guð skapaði manninn var hann í friði við Guð, sjálfan sig og alla aðra. Hins vegar glataðist sá friður þegar hann sneri sér gegn Guði. Hægt er að endurheimta frið, en við getum ekki gert það ein. Guð sá um leið.

Jesús Kristur, eini sonur Guðs, var sendur til heimsins til að taka burt syndir okkar. Hann gerði það með því að leyfa sér að vera krossfestur og það var sú fórn sem gerði okkur kleift að njóta friðar á ný – friðar innra með okkur, friðar hvert við annað og friðar við Guð.

Eftir að Jesús dó á krossinum reis hann aftur til lífsins. Það sýndi fram á að Jesús er Guð, en gerði það líka ljóst að hann þráir að allir njóti fullkomins friðar. „Því að hann sjálfur er vor friður ... og hann kom og prédikaði frið yður, sem fjarlægir voruð, og frið þeim, sem nálægir voru“ (Efesusbréfið 2:14-17).

Jesús gefur okkur öllum kraft til að sigrast á hvers kyns syndum. Sama hversu erfiðar aðstæður þínar eru, Kristur getur brotið í gegnum þær. En þú verður fyrst að viðurkenna synd þína og skuldbinda þig Jesú, þá geturðu öðlast fullkominn frið og skilið merkingu hennar.

Jesús sagði: „Allt þetta hef ég talað til yðar til þess að þér eigið frið í mér“ (Jóhannes 16:33). Til að eiga frið verður þú að þekkja þann sem getur gefið hann.

Ertu tilbúinn fyrir friðinn sem Jesús býður upp á?

Framlög til framtíðar til að skýra betur og hefja nýtt líf í Jesú Kristi hér að neðan:

BYRJAÐU NÝTT LÍF MEÐ KRIST

Þú getur notið raunverulegs, varanlegs friðar í dag í gegnum samband við Jesú Krist. Byrjaðu fjögurra þrepa ferðalag þitt núna!

Skref 1 – Tilgangur Guðs: Friður og líf

Guð elskar þig og vill að þú upplifir frið og eilíft líf – gnægð og eilíft.
Biblían segir:

***„Vér höfum frið við Guð fyrir tilstilli Drottins vors Jesú Krists.“
Rómverjabréfið 5:1***

***„Því svo elskaði Guð heiminn, að hann gaf einkason sinn, til þess að hver sem á hann trúir glatist ekki, heldur hafi eilíft líf.“
Jóhannes 3:16***

***„Ég [Jesús] er kominn til þess að þeir hafi líf, líf í gnægð.“
Jóhannes 10:10***

Hvers vegna njóta flestir ekki þessa friðar og gnægðarlífs sem Guð ætlaði okkur?

Skref 2 – Vandamálið: Syndin aðskilur okkur

Guð skapaði okkur í sinni eigin mynd til að lifa ríkulegu lífi. Hann skapaði okkur ekki sem vélmenni til að elska hann og hlýða honum sjálfkrafa. Guð gaf okkur vilja og valfrelsi. Við veljum að óhlýðnast Guði og fara okkar eigin leið. Við gerum enn þessa ákvörðun í dag. Þetta leiðir til aðskilnaðar frá Guði.
Biblían segir:

***„Því að allir hafa syndgað og skortir Guðs dýrð.“
Rómverjabréfið 3:23***

„Því að laun syndarinnar er dauði, en náðargjöf Guðs er eilíft líf í Kristi Jesú, Drottni vorum.“
Rómverjabréfið 6:23

Val okkar leiðir til aðskilnaðar frá Guði. Fólk hefur reynt á marga vegu að brúa þetta bil milli sín og Guðs ...
Biblían segir:

„Margur vegurinn virðist réttur, en endar með honum er dauði.“
Orðskviðirnir 14:12

„Miskunnarverk yðar hafa skilið við Guð yðar og syndir yðar hafa hulið auglit hans fyrir yður, svo að hann heyrir ekki.“
Jesaja 59:2

Engin brú nær til Guðs ... nema ein.

Skref 3 – Lækning Guðs: Krossinn

Jesús Kristur dó á krossinum og reis upp úr gröfinni. Hann greiddi sektina fyrir syndir okkar og brúaði bilið milli Guðs og manna.
Biblían segir:

„Því að einn er Guð og einn er meðalgangarinn milli Guðs og manna, maðurinn Kristur Jesús.“
1. Tímóteusarbréf 2:5

„Því að Kristur leið einnig einu sinni fyrir syndir, réttlátur fyrir rangláta, til þess að hann gæti leitt oss til Guðs.“
1. Pétursbréf 3:18

„En Guð sýnir kærleika sinn til vor í því að Kristur dó fyrir oss meðan vér enn vorum í syndum."
Rómverjabréfið 5:8

Guð hefur séð fyrir einu leiðinni ... Hver einstaklingur verður að taka ákvörðun ...

Skref 4 – Svar okkar: Taka á móti Kristi

Við verðum að treysta Jesú Kristi sem Drottni og frelsara og taka á móti honum með persónulegu boði. Biblían segir:

„Sjá, ég stend við dyrnar og ký á. Ef einhver heyrir rödd mína og lýkur upp dyrunum, þá mun ég ganga inn til hans og borða með honum og hann með mér."
Opinberunarbókin 3:20

„En öllum þeim, sem tóku við honum, gaf hann rétt til að verða Guðs börn, þeim sem trúa á nafn hans."
Jóhannes 1:12

„Ef þú játar með munni þínum að Jesús sé Drottinn og trúir í hjarta þínu að Guð hafi uppvakið hann frá dauðum, munt þú hólpinn verða."
Rómverjabréfið 10:9

Ætlar þú að taka á móti Jesú Kristi núna?

Svona getur þú tekið á móti Kristi:

Viðurkenndu þörf þína. (Ég er syndari.)

Vertu tilbúinn að snúa frá syndum þínum (iðrast) og biðja Guðs um fyrirgefningu.
Trúðu því að Jesús Kristur dó fyrir þig á krossinum og reis upp úr gröfinni. Í gegnum bæn skaltu bjóða Jesú Kristi að koma inn og stjórna lífi þínu fyrir tilstilli Heilags Anda. (Takið á móti Jesú sem Drottni og frelsara) Við leggjum til bæn eins og þessa:

„Kæri Guð, ég veit að ég er syndari. Ég vil snúa mér frá syndum mínum og bið þig um fyrirgefningu. Ég trúi að Jesús Kristur sé sonur þinn. Ég trúi að hann hafi dáið fyrir syndir mínar og að þú hafir reist hann upp frá dauðum. Ég vil að hann komi inn í hjarta mitt og taki stjórn á lífi mínu. Ég vil treysta Jesú sem frelsara mínum og fylgja honum sem Drottni mínum frá þessum degi og áfram. Í nafni Jesú, amen."

Baðstu um að taka á móti Jesú Kristi og hefja samband við hann?

Já, ég bað

Nei, en ég hef spurningar

Farðu á næsta stig til að fá meiri skýrleika

Hjálpræðissagan – Hjálpræðisbæn – Hjálpræðisbæn – Fyrsta raunverulega samtal okkar við Guð

„Hjálpræðisbænin“ er mikilvægasta bænin sem við munum nokkurn tíma biðja. Þegar við erum tilbúin að verða kristin erum við tilbúin að eiga okkar fyrsta raunverulega samtal við Guð, og þetta eru þættir hennar:

- Við viðurkennum að Jesús Kristur er Guð; að hann kom til jarðar sem maður til að lifa syndlausu lífi sem við getum ekki lifað; að hann dó í okkar stað, svo að við þyrftum ekki að greiða þá refsingu sem við verðskuldum.
- Við játum synd okkar í fortíðinni — að lifa fyrir okkur sjálf og ekki hlýða Guði.
- Við viðurkennum að við erum reiðubúin að treysta Jesú Kristi sem frelsara okkar og Drottni.
- Við biðjum Jesú að koma inn í hjarta okkar, taka sér þar bústað og byrja að lifa í gegnum okkur.

Bæn um hjálpræði – Hún byrjar með trú á Guð

Þegar við biðjum bænina um hjálpræði, látum við Guð vita að við trúum að orð hans sé satt. Með þeirri trú sem hann hefur gefið okkur, veljum við að trúa á hann. Biblían segir okkur að „ *án trúar er ómögulegt að þóknast honum, því að sá sem kemur til Guðs verður að trúa því að hann sé til og að hann umbuni þeim sem leita hans* " (Hebreabréfið 11:6).

Þegar við biðjum og biðjum Guð um gjöf hjálpræðisins, þá erum við að beita frjálsum vilja okkar til að viðurkenna að við trúum á hann. Þessi trúarsýn þóknast Guði, því við höfum valið af fúsum og frjálsum vilja að þekkja hann.

Bæn um hjálpræði - að játa syndir okkar

Þegar við biðjum bænina um hjálpræði, þá erum við að viðurkenna að við höfum syndgað. Eins og Biblían segir um alla, nema Krist einn: „ *Því að allir hafa syndgað og skortir Guðs dýrð* " (Rómverjabréfið 3:23).

Að syndga er einfaldlega að missa markið, eins og ör sem hittir ekki alveg markið. Dýrð Guðs sem við missum er aðeins að finna í Jesú Kristi: „ *Því að Guð, sem bauð að ljós skíni úr myrkri, hefur skínið í hjörtu vor til að lýsa upp þekkinguna á dýrð Guðs í ásjónu Jesú Krists.* " (2. Korintubréf 4:6).

Bæn hjálpræðisins viðurkennir því að Jesús Kristur er eini maðurinn sem hefur lifað án syndar. „ *Því að hann, sem þekkti ekki synd, gjörði hann að synd fyrir okkur, til þess að við skyldum verða réttlæti Guðs í honum* ." (2. Korintubréf 5:21).

Bæn um hjálpræði - að játa trú á Krist sem frelsara og Drottin

Með Krist sem staðal fullkomnunar okkar viðurkennum við nú trú á hann sem Guð og erum sammála Jóhannesi postula um að: „ *Í upphafi var Orðið (Kristur), og Orðið var hjá Guði, og Orðið var Guð. Í upphafi var hann hjá Guði. Allt varð til fyrir hann, og án hans varð ekkert sem til er* “ (Jóhannes 1:1-3).

Vegna þess að Guð gat aðeins þegið fullkomna, syndlausa fórn, og vegna þess að hann vissi að við gætum ekki mögulega framkvæmt það, sendi hann son sinn til að deyja fyrir okkur og greiða eilífa verðið. „ *Því að svo elskaði Guð heiminn að hann gaf einkason sinn, til þess að hver sem á hann trúir glatist ekki heldur hafi eilíft líf* .“ (Jóhannes 3:16).

Bæn um hjálpræði - Segðu það og meina það núna!

Ertu sammála öllu sem þú hefur lesið hingað til? Ef svo er, þá skaltu ekki bíða lengur með að hefja nýtt líf í Jesú Kristi. Mundu að þessi bæn er ekki töfraformúla. Þú ert einfaldlega að tjá hjarta þitt fyrir Guði. Biddu þetta með okkur:

„Faðir, ég veit að ég hef brotið lög þín og syndir mínar hafa aðskilið mig frá þér. Ég biðst innilega afsökunar og nú vil ég snúa baki við syndsamlegu fortíðarlífi mínu til þín. Fyrirgefðu mér og hjálpaðu mér að forðast að syndga aftur. Ég trúi að sonur þinn, Jesús Kristur, hafi dáið fyrir syndir mínar,

risið upp frá dauðum, sé á lífi og heyrt bæn mína. Ég býð Jesú að verða Drottinn lífs míns, ríkja og ríkja í hjarta mínu frá þessum degi. Sendu mér heilagan anda þinn til að hjálpa mér að hlýða þér og gera vilja þinn það sem eftir er ævinnar. Í nafni Jesú bið ég, amen."

Bæn um hjálpræði – ég hef beðið fyrir henni; hvað nú?

Ef þú hefur beðið þessa bæn um hjálpræði af sannfæringu og hjarta, þá ert þú nú fylgjandi Jesú. Þetta er staðreynd, hvort sem þér líður öðruvísi eða ekki. Trúarleg kerfi kunna að hafa leitt þig til að trúa því að þú ættir að finna fyrir einhverju - hlýjum ljóma, kitli eða einhverri annarri dulrænni upplifun. Staðreyndin er sú að þú gætir það, eða þú gætir það ekki. Ef þú hefur beðið bæn um hjálpræði og meint það, þá ert þú nú fylgjandi Jesú. Biblían segir okkur að eilíf hjálpræði þitt sé tryggt! „ *Ef þú játar með munni þínum Drottin Jesú og trúir í hjarta þínu að Guð hafi uppvakið hann frá dauðum, munt þú hólpinn verða* " (Rómverjabréfið 10:9).

Velkomin(n) í fjölskyldu Guðs! Við hvetjum þig nú til að finna kirkju á staðnum þar sem þú getur látið skírast og vaxið í þekkingu á Guði í gegnum orð hans, Biblíuna.

Þú getur líka heimsótt síðuna okkar á www.otakada.org sem mun hjálpa þér að þroskast og vaxa í Kristi.

Notaðu þennan tengil í biblíunáminu til að uppgötva Jesú sjálfur https://www.otakada.org/dbs-dmm/

40 daga lærisveinsferðalag

Eða þú getur hafið 40 daga ferðalag á þínum hraða á netinu í gegnum þennan hlekk https://www.otakada.org/get-free-40-days-online-discipleship-course-in-a-journey-with-jesus/

Ef þú þarft leiðbeiningar, sendu tölvupóst á info@otakada.org

Megi Drottinn víkka líf þitt og fylla þig gleði, friði, kærleika og sátt sem aðeins hann getur gefið, amen.

Spurning til þín!

Finnst þér upplýsingarnar sem þú deildir í dag skiljanlegar? Ef svo er, gefðu okkur frekari innsýn. Hvað myndir þú gera öðruvísi í framtíðinni? Skuldbinda þig til að byrja strax!

Ef þú hefur frekari spurningar, ekki hika við að skrifa til baka, hringja eða spjalla við okkur, því við treystum því að andi Guðs muni gefa þér svör sem fara fram úr þínum villtustu ímyndunarafli. Við erum hér til að búa þig undir að vera allt það sem Guð kallaði þig til að vera og gera í nafni Jesú.

Shalom!

Zacharias Godseagle ; sendiherra Monday O. Ogbe og Comfort Ladi Ogbe

Guðs örn þjónusta GEM
https://www.otakada.org
sendiherra@otakada.org

Aðrar bækur gefnar út af höfundunum

Zacharias Godseagle

Prayer: The Mightiest Force in World : Mobilizing 10 million Intercessors for the NATIONS Kindle Edition

by Frank C. Laubach (Author), Zacharias Godseagle (Author) Format: Kindle Edition

4.7 5 ratings See all formats and editions

About the book - Prayer: The Mightiest Force in World - Mobilizing 10 million Intercessors for the NATIONS

Discover the transformative power of prayer in —***"Prayer: The Mightiest Force in the World - Mobilizing 10 million Intercessors for the NATIONS,"*** a compelling Christian nonfiction work urging readers to mobilize a movement of 10 million intercessors. This book, authored by **Frank C. Laubach and Zacharias Godseagle** emphasizes that prayer is a mighty force capable of changing lives, nations, and the world at large.

It challenges individuals to pray boldly and consistently for leaders, communities, and personal breakthrough, highlighting historical examples and testimonials of prayer's impact. With action plans, reflection questions, and journaling sections for individuals

https://www.amazon.com/Prayer-Mightiest-Mobilizing-million-Intercessors-ebook/dp/B0DYJYVKHT

Sendiherra á mánudaginn O. Ogbe

Read sample

True Story of Thirty (30) Years SPIRITUAL TRAVEL Diary into the Spirit World: Perfect WORDS, Perfect WORKS, and Perfect WONDERS

Kindle Edition

by O Ogbe, Ambassador Monday (Author), Peter Tan (Author) Format: Kindle Edition

See all formats and editions

Hello Friends, God is constantly calling His children to the place of perfection. In the garden of Eden, He told our first parent to eat everything except one of the trees. They broke the perfection clause and were driven out of the garden. He told Noah to prepare the ark according to specification and fill it up according to instruction. He told Abraham to walk before Him and be perfect. He told Moses to build the ark of the covenant according to as shown him on the mountain. The perfection clause continued till Jesus time where Jesus said, "I do nothing except what I see my Father doing and He is still calling us today to the place of perfection.

https://www.amazon.com/Story-Thirty-SPIRITUAL-TRAVEL-Spirit-ebook/dp/B0C7YRVSWG

Fullur listi

https://www.amazon.com/s?k=Ambassador+Monday+O.+Ogbe&ref=nb_sb_noss

Höfundasíða - https://www.amazon.com/stores/Ambassador-Monday-O.-Ogbe/author/B07MSBPFNX

Þægindi Ladi Ogbe sem Amanda Daniel

Safeguarding Innocence: A Guide to Protecting Children from Predators Kindle Edition

by Amanda Daniel (Author) Format: Kindle Edition

5.0 ★★★★★ 5 ratings See all formats and editions

In a world where children's safety is a growing concern, Safeguarding Innocence serves as a crucial resource for parents and guardians. This comprehensive guide highlights the importance of awareness and proactive measures to protect children from various threats. It emphasizes open communication, education on safe boundaries, and online safety to equip kids with the tools they need to navigate potential dangers. The book also explores how to respond effectively to suspicious behaviors, the role of legislation, and the significance of community engagement. With sections dedicated to personal stories of resilience and strategies for fostering healthy relationships, this guide empowers caregivers to cultivate a safer environment. Combining practical advice with inspiring narratives, Safeguarding Innocence aims to create a united front against child predation, ensuring that both parents and children can thrive in a secure world.

https://www.amazon.com/Safeguarding-Innocence-Protecting-Children-Predators-ebook/dp/B0DJ5J31CW

https://www.amazon.com/s?k=Amanda+Daniel&crid=2ZF6MSTQ7W4Q0

www.ingramcontent.com/pod-product-compliance
Lightning Source LLC
LaVergne TN
LVHW051013051026
849532LV00004BA/1198
9798349530067